कथा स्वातंत्र्यलढ्याच्या

भारताला ब्रिटिश सत्तेच्या जोखडातून मुक्त करण्यासाठी झटणाऱ्या
देशभक्तांच्या जीवनातल्या गोष्टींचा संग्रह.

लेखक
आर.के. मूर्ती

अनुवाद
माधव कर्वे

D9900446

मेहता पब्लिशिंग हाऊस

Please contact us at **Mehta Publishing House,** 1941, Madiwale Colony, Sadashiv Peth, Pune 411030.

✆ +91 020-24476924 / 24460313

Email : info@mehtapublishinghouse.com
production@mehtapublishinghouse.com
sales@mehtapublishinghouse.com

Website : www.mehtapublishinghouse.com

या पुस्तकातील लेखकाची मते, घटना, वर्णने ही त्या लेखकाची असून, त्याच्याशी प्रकाशक सहमत असतीलच असे नाही.

MILESTONE 50 : STORIES FROM INDIA'S FREEDOM STRUGGLE by R.K. MURTHI

Copyright © MEHTA PUBLISHING HOUSE

Translated into Marathi Language by Madhav Karve

कथा स्वातंत्र्यलढ्याच्या / कथासंग्रह

अनुवाद : माधव कर्वे
९, मनमोहन सोसायटी, पाचवी गल्ली, कर्वेनगर, पुणे : ४११०५२.

मराठी अनुवादाचे व प्रकाशनाचे हक्क मेहता पब्लिशिंग हाऊस, पुणे.

प्रकाशक : सुनील अनिल मेहता, मेहता पब्लिशिंग हाऊस,
१९४१, सदाशिव पेठ, माडीवाले कॉलनी, पुणे - ४११०३०.

अक्षरजुळणी : पी.सी. नेट, ४१८,नारायण पेठ, पुणे ३०.

मुखपृष्ठ : मेहता पब्लिशिंग हाऊस

प्रथमावृत्ती : ऑगस्ट, १९९८ / पुनर्मुद्रण : डिसेंबर, २०१७

P Book ISBN 9788171618026

E Book ISBN 9789387319813

E Books available on : play.google.com/store/books
m.dailyhunt.in/Ebooks/marathi
www.amazon.in

मनोगत

माणूस जन्मजात स्वतंत्र असतो, तरीसुद्धा तो स्वातंत्र्य गृहीत धरू शकत नाही. ते नेहमीच सगळीकडे धोक्यात असतं. आपलं दुर्लक्ष होताक्षणीच स्वातंत्र्य संकटात येतं. आधी एकाच माणसाला, मग एका गटाला किंवा जमातीला आणि शेवटी संपूर्ण देशाला गुलामगिरीत टाकून स्वातंत्र्य दूरवर निसटून जातं.

भारतात अगदी हेच घडलं. इथले स्थानिक सत्ताधीश एकमेकांमध्ये लढायचे, त्यांच्यापैकी प्रत्येकाला सर्वसत्ताधीश व्हायचं होतं. हे उद्दिष्ट साध्य करण्यासाठी त्यांनी सगळ्या प्रकारची चांगली-वाईट साधनं वापरली. त्यासाठी युरोपियन व्यापाऱ्यांची मदत घेऊनही त्यांनी अयोग्य असं पाऊल टाकलं. एकीतच बळ असतं, हे त्यांनी ओळखलं नाही. ऐक्याचा विचार न केल्यानं या सत्ताधीशांनी भारताला दुबळं केलं. त्यातच ब्रिटिशांनी आपली खेळी चांगली खेळली. त्यांनी इथल्या राज्यकर्त्यांना एकमेकांविरुद्ध उभं केलं. एकेक करत हे राज्यकर्ते सर्वस्व गमावून बसले आणि ते केवळ नामधारी राज्यकर्ते उरले. खरी सत्ता ब्रिटिशांच्या हातांत गेली. भारतभूमी ब्रिटिशांची एक वसाहत झाली; स्वतःच्या भूमीतच स्वयंशासनाचा अधिकार भारतीय गमावून बसले.

इथल्या लोकांना स्वतःच्या या अवस्थेची जाणीव होईपर्यंत उशीर झाला होता. कारण तोपर्यंत ब्रिटिशांची सत्ता बळकट झाली होती. पण काही शूरवीरांनी भारताच्या स्वातंत्र्यासाठी अथक परिश्रम करायचं ठरवलं. त्यांच्यापुढची कामगिरी अवघड होती. ही कामगिरी होती

इथल्या लोकांमध्ये एकी घडवून त्यांना स्वप्न बघण्याचं धैर्य देण्याची... स्वप्न– मुक्त, स्वतंत्र भारताचं.

भारतीय स्वातंत्र्यलढ्याची पराक्रमगाथा अशी सुरू झाली. त्यात अनेक लोकांनी आपल्या प्राणांची आहुती दिली, तर इतर अनेकांनी तुरुंगाच्या गजाआड वर्षानुवर्षं काढली. पण १८५७ मध्ये उफाळलेली स्वातंत्र्यज्योत विझली नाही. ती एका हातातून दुसऱ्या हाती जात राहिली. १५ ऑगस्ट १९४७ रोजी या स्वातंत्र्यज्योतीनं ब्रिटिशांना भारताबाहेरची वाट दाखवली. त्या दिवशी स्वातंत्र्याच्या ऊर्मीचा विजय झाला.

या विजयामागे खूप मोठा इतिहास आहे. इतिहास म्हणजे तरी दुसरं काय असतं? असामान्य पुरुषांनी घडवलेली ती मनुष्यजातीचीच कहाणी असते. भारतानं स्वातंत्र्याच्या दिशेनं केलेल्या वाटचालीचीसुद्धा अशीच कहाणी आहे. स्वातंत्र्याच्या ऊर्मीनं तरुणांना आणि वृद्धांना सारखंच जागृत केलं. त्यांनी स्वातंत्र्यलढ्यात उडी घेतली. प्रत्येक जण आपला स्वभाव, क्षमता आणि परिस्थितीनुसार या ध्येयासाठी झिजला. प्रत्येक कृतीगणीक हे काम बळकट होत गेलं. प्रत्येक जण भारून गेलेला होता.

रूढ शब्दांत सांगायचं, तर वैविध्यामुळे आयुष्याला रुची येत असते. स्वातंत्र्यलढ्यात असं कृतीमधलं वैविध्य अफाटच दिसून आलं. इंदिरा गांधींनी स्वातंत्र्याची प्रेरणा पसरवण्यासाठी 'वानरसेना' स्थापन केली, तेव्हा त्या फक्त चौदा वर्षांच्या होत्या. जानकीदास निष्णात सायकलपटू होते. १९४६मध्ये त्यांनी भारताचा राष्ट्रध्वज गुपचूप आपल्याबरोबर नेला आणि झुरिचमधल्या जागतिक क्रीडास्पर्धेत तो फडकावला. अशा प्रकारे मादाम कामांनी जे कार्य जवळजवळ चार दशकं आधी स्टुटगार्ट इथं केल होतं, तेच जानकीदास यांनीही

करून दाखवलं. आशुतोष मुखर्जी, पोयान जोसेफ आणि इतर कितीतरी जणांनी, ब्रिटिश आपल्यापेक्षा श्रेष्ठ असल्याचं मान्य करायला नकार दिला. ब्रिटिशांनी जेव्हा मिजास दाखवायचा प्रयत्न केला, तेव्हा या लोकांनी त्यांना नरम आणलं.

चंद्रशेखर आझाद, भगतसिंग, प्रीतिलता वड्डेदार, मदनलाल धिंग्रा आणि इतर कितीतरी जणांनी सशस्त्र क्रांतीचा मार्ग निवडला. ब्रिटिशाच्या कैदेत असतानाही आपलं धैर्य प्रकट करणाऱ्या अनेक लोकांमध्ये वीर सावरकर आणि नेताजी सुभाषचंद्र बोस हे दोघंही होते. सावरकरांचं साहस फसलं; पण हे अपयश फार उदात्त असं होतं. नेताजी तर पिंजऱ्यातून पक्षी उडून जावा तसे निसटले. चिदंबरम् पिल्ले यांनी जहाज व्यवसायातल्या ब्रिटिशांच्या मक्तेदारीला आव्हान दिलं. बंकिमचंद्र चटर्जी, सुब्रह्मण्यम भारती आणि भारतेन्दू हरिश्चंद्र यांच्यासारख्या साहित्यिकांनी आपल्या गीतांनी लोकांना प्रेरणा दिली.

देशभक्तांनी भारतभूमीची तिच्या संकटकाळी सेवा केली आणि तिला स्वातंत्र्याप्रत नेलं. या पुस्तकात भारताला ब्रिटिश सत्तेच्या जोखडातून मुक्त करण्यासाठी ज्यांनी आपलं सर्वस्व वाहिलं, अशा काही देशभक्तांच्या जीवनातल्या गोष्टींचा हा संग्रह आहे. त्यांतली प्रत्येक घटना खरी, आपापल्या परीनं थरारक आहे आणि ती साध्या, वाचनसुलभ शैलीत सांगितलेली आहे.

हे पुस्तक मी आजच्या तरुणांना, उद्याच्या नागरिकांना अर्पण करत आहे.

आर. के. मूर्ती

अनुक्रमणिका

(सर आशुतोष मुखर्जी हे राष्ट्रीय चळवळीतील नेत्यांपैकी एक नेते. ते स्वतंत्र वृत्तीचे होते. त्यांच्या दृष्टीने कोणी मालक नव्हता, ना कोणी गुलाम. ब्रिटिशांना भारतात राहण्याचा काहीच अधिकार नव्हता, असे त्यांना वाटायचे. ब्रिटिश लोकांनी मुखर्जींना योग्य तो मान दिला, तरच ते त्यांचा सहवास सहन करीत; अन्यथा मुखर्जी ब्रिटिशांच्या अरेरावीची जशास तशी परतफेड करायचे.)

जशास तसे

'गाडी प्लॅटफॉर्मला लागलीच आहे, साहेब,' म्हणत स्टेशनच्या प्रवेशद्वारावरच्या रेल्वे अधिकाऱ्याने सर आशुतोष मुखर्जींना स्टेशनमध्ये आलेल्या गाडीच्या दिशेने इशारा केला. घाईघाईने आपली बॅग घेऊन मुखर्जी स्टेशनमध्ये शिरले. त्यांना निरोप द्यायला आलेला त्यांचा मित्र त्यांच्यापाशी येईपर्यंत ते थांबले. मग ते दोघे फर्स्ट क्लासच्या डब्याच्या दिशेने निघाले.

आशुतोषबाबू गाडीत चढले. त्यांनी आपली बॅग आपल्याच सीटवर ठेवली आणि ते खिडकीजवळ बसले. त्यांचा मित्र बाहेरच उभा राहिला.

"सगळं कंपार्टमेंट तुझ्याचसाठी आहे म्हणायचं," मित्र म्हणाला.

"फार वेळ मी एकटा राहणार नाही. या कंपार्टमेंटमध्ये दोघांसाठी जागा आहे. मला खात्री आहे, मधल्या एखाद्या स्टेशनवर मला सोबत मिळेल. चांगली सोबत मिळावी, असं मला वाटतं; पण त्याची काही खात्री देता येत नाही. बऱ्याचदा मी इंग्लिश माणसांबरोबर बसलो आहे. त्यांच्यापैकी बहुतेक जण मगरूर असतात. ते गर्विष्ठपणे वागतात;

आपल्यापेक्षा श्रेष्ठ असल्यासारखे आपल्याला तुच्छ लेखतात. हा त्यांचा दोष नाही. ते सत्ताधीश आहेत. आपण त्यांच्या हुकमतीखाली आहोत. सत्तेमुळे त्यांना गर्विष्ठपणे वागण्याचा अधिकारच मिळतो. ते किती काळ सत्तेवर राहतील, ते आपल्यावर, दबून राहून सगळं खपवून घ्यायला दिलेल्या आपल्या नकारावर अवलंबून असेल....'' गाडीने हिरवा झेंडा फडकावला, तरी आशुतोषबाबू बोलतच होते.

मोठ्याने शिट्टी देऊन इंजिन सुरू झाले. आशुतोषबाबूंनी मित्राशी हस्तांदोलन केले. गाडीही हळूहळू पुढे सरकू लागली. लवकरच गाडीचा वेग वाढला आणि ती दृष्टिआड झाली.

आशुतोषबाबूंनी चपला काढून त्या सीटखाली सरकावल्या. मग मागे टेकून ते खिडकीबाहेरच्या देखाव्याचा आनंद लुटू लागले.

गाव थोड्याच वेळात मागे पडले. गावाच्या तपकिरी छटेची जागा आता मैदानी भागातल्या हिरव्यागार झाडीने घेतली. खरोखरच ते एक निसर्गरम्य दृश्य होते. भाताच्या शेतातली कोवळी रोपे वाऱ्यावर नाचत होती, तशा झाडांच्या फांद्याही डोलत होत्या. निसर्गसौंदर्य बघण्यात आशुतोषबाबू दंग होऊन गेले. हळूहळू बाहेरची हिरवाई संधिप्रकाशानं झाकोळून टाकली. रात्रीच्या आकाशात चांदण्या डोकावल्या आणि आनंदानं लुकलुकू लागल्या. आशुतोषबाबू मनापासून आकाशातल्या तारका निरखू लागले. लगेचच त्यांना एक हिरवा तारा अगदी खाली आलेला दिसला. ते काय असेल याचा अंदाज बांधण्याचा त्यांनी प्रयत्न केला. लवकरच त्यांच्या लक्षात आल, की गाडीला प्लॅटफॉर्ममध्ये यायचा अधिकार देणारा तो हिरवा कंदील होता. पुढे एक स्टेशन आलं होतं.

गाडी मंद गतीनं स्टेशनात शिरली आणि प्लॅटफॉर्मपाशी थांबली. काही प्रवासी खाली उतरले, तर आणखी काही प्रवासी गाडीत चढले. डोक्यावर सामान घेऊन हमालांची धावपळ चाललेली होती. एक चहावाला 'चाय, चाय' असे ओरडत हिंडत होता.

आशुतोषबाबूंना जवळच पावलांची हालचाल ऐकू आली म्हणून त्यांनी वर पाहिलं. एक इंग्लिश माणूस डब्यात चढताना त्यांना दिसला. 'आपल्याला सोबत आहे तर', आशुतोष पुटपुटले.

तो इंग्लिश माणूस उंच आणि तगडा होता. आशुतोषबाबूंशी त्याची नजरानजर झाली, तेव्हा त्यानं कपाळावर आठ्या चढवल्या.

आशुतोषबाबूंच्या लगेचच लक्षात आलं, की तो एक आढ्यताखोर ब्रिटिश माणूस आहे. त्यामुळे त्यांनी अलिप्त राहायचं ठरवलं. त्यांनी चेहरा वळवला आणि ते खिडकीबाहेर पाहू लागले. हमालाने त्या ब्रिटिश माणसाचं सामान सीटखाली सरकवलं आणि तो आपल्या पैशासाठी ताटकळत राहिला. त्या ब्रिटिश माणसानं एक नाणं बाहेर काढलं. हमालानं ते नाणं घेतलं, मान झुकवली आणि गाडीतून खाली उतरला.

त्या ब्रिटिश माणसानं आशुतोषबाबूंकडे तुच्छतेनं पाहिलं. त्याच्या नजरेतून संतापाच्या ठिणग्या फुटत होत्या. बहुधा या भारतीय माणसानं उठून आपलं स्वागत करावं, अशी त्याची अपेक्षा असावी. आशुतोषबाबूंनी तसं काही केलं नाही. त्याच्या रागाचं तेही एक कारण असण्याची शक्यता होती.

त्याच्या वागण्यामुळे आशुतोषबाबूंना एक गोष्ट स्पष्ट झाली होती. हा इंग्लिश माणूस काही मनमिळाऊ नव्हता. तो गर्विष्ठ आणि उद्धट होता. सत्ताधीश वर्गापैकी बहुतेक लोकांचं ते एक वैशिष्ट्य होतं.

'इथं कोणाला पर्वा आहे?' आशुतोषबाबू मनातल्या मनात म्हणाले. त्यांनी झोपून जायचं ठरवलं.

त्यांनी आपल्या बॅगेचीच तात्पुरती उशी केली. ती एका जाड टॉवेलमध्ये गुंडाळली आणि बर्थच्या एका बाजूला ठेवली. त्यांनी त्या उशीवर आपलं डोकं विसावलं आणि आपल्या सहप्रवाशाकडे पाठ करून ते झोपी गेले.

त्या इंग्लिश माणसानं आपल्या बॅगेतून एक पुस्तक काढलं आणि वाचन सुरू केलं. थोड्या वेळानं जांभया येऊ लागल्या, तसं त्यानं पुस्तक बाजूला ठेवलं. बर्थवर आपलं अंथरूण पसरून तो झोपायच्या तयारीला लागला. त्यानं आपला टाय-कोट काढला आणि तो एका हुकला अडकवला. बूट काढून ते सीटखाली सरकवले. मग त्याची नजर आशुतोषबाबूंच्या चपलांवर पडली.

क्षणभरही विचार न करता त्यानं त्या चपला उचलल्या आणि खिडकीतून बाहेर फेकून दिल्या. त्या चपला रुळांपासून थोड्या अंतरावर धपकन पडल्या.

त्या इंग्लिश माणसानं स्वतःशीच स्मित केलं. त्याला वाटलं,

आपल्या चपला हरवल्या आहेत हे लक्षात आल्यावर या देशी माणसाची काय प्रतिक्रिया होईल? त्या इंग्लिश माणसाला नेमका अंदाज आला नाही; पण एक गोष्ट त्याला पक्की ठाऊक होती. हा देशी माणूस अनवाणी हिंडताना पाहून मोठी मजा येणार होती.

सकाळी अगदी मजा येईल अशा विचारानं त्यानं दिवा मालवला. आपल्या या बहादुरीमुळे हरखून जाऊन तो इंग्लिश माणूस अंथरुणावर पहुडला आणि लवकरच झोपी गेला.

पहाटे चार वाजण्याच्या सुमारास आशुतोष उठले. त्यांनी दात घासून तोंड धुवायचं ठरवलं. आपल्या चपलांसाठी त्यांनी इकडेतिकडे पाहिलं; पण त्या काही त्यांना कुठे सापडल्या नाहीत. चपला हरवल्या होत्या.

त्यांना प्रश्न पडला, त्या कुठे गेल्या असतील? हे गूढ सोडवायला आशुतोषांना फार वेळ लागला नाही. त्यांच्या लक्षात आलं, या इंग्लिश माणसानंच आपल्या चपला बाहेर फेकून दिल्या असणार. त्यांच्या मित्रांनाही अशा प्रकारचे अनुभव आले होते.

'मी त्याला असं सोडणार नाही. मी या दांडगोबाला चांगला धडा शिकवेन,' आशुतोष मनातल्या मनात म्हणाले.

पण कसं? आशुतोषबाबूंचं लक्ष त्या माणसाच्या टाय-कोटाकडे गेलं. तिथल्या हुकांपैकी एका हूकवर ते लटकत होते. आशुतोषांनी कोट उचलला आणि तो खिडकीबाहेर अंधारात भिरकावून दिला.

ते बाथरूममध्ये गेले, ताजेतवाने झाले आणि अनवाणीच आपल्या कंपार्टमेंटमध्ये परतले. तोपर्यंत अंधार कमी झाला होता. आकाशात पूर्वेकडे गुलाबी रंगाची मोहक छटा पसरली होती.

सूर्योदयानंतर काही तासांनी तो इंग्लिश माणूस जागा झाला. थोडा वेळ तो बाहेरची निसर्गाची शोभा पाहत राहिला.

मग तो बाथरूममध्ये गेला. त्यानं तोंड धुतलं आणि उल्हसित होऊन तो कंपार्टमेंटमध्ये परतला. त्यानं शर्टच्या कॉलरचं बटण लावलं, आपला टाय उचलला आणि त्याची बरोबर गाठ मारली. मग त्यानं इकडेतिकडे कोट पाहिला. तो हरवला होता.

'आपला कोट गेला कुठे? कोण आपल्याला सांगू शकेल? आशुतोषबाबूंनी आपला कोट चोरला असेल का? ती एक शक्यता

होती. हे देशी लोक काहीही करतील. अगदी चोरीसुद्धा,' त्याच्या मनात आलं. 'या देशी लोकांचे काहीतरी घाणेरडे उद्योग चालू असतात.'

"माझा कोट कुठे आहे?" तो आशुतोषबाबूंवर मोठ्यानं खेकसला.

आशुतोषबाबूंनी त्याच्याकडे थंड नजरेनं रोखून पाहिलं. मग ते म्हणाले, "तुमचा कोट?"

"हो अर्थातच. रात्री झोपण्यापूर्वी मी तो हूकला अडकवला होता. आता मला तो सापडत नाहीये." त्यानं आशुतोषबाबूंच्या बॅगेकडे, डोळे विस्फारत, तो कोट त्या बॅगेत असावा तशी नजर टाकली.

"तो कुठे आहे, ते मला माहीत आहे," आशुतोषबाबू निर्विकार चेहऱ्यानं म्हणाले.

"कुठं आहे? आत्ताच्या आत्ता मला तो पाहिजे." तो इंग्लिश माणूस मोठ्या आवाजात म्हणाला.

"जा मग, घेऊन या. तुमचा कोट माझ्या चपला आणायला गेलाय." आशुतोषबाबू मिस्कीलपणे हसत म्हणाले.

ते ऐकून तो इंग्लिश माणूस हतबुद्धच झाला. त्याला कळून चुकलं, की आशुतोषबाबू आपल्याला सव्वाशेर भेटलेले आहेत. तो गप्प झाला. आपला डाव आपल्यावरच उलटवण्याचं धाडस दाखवणाऱ्या या भारतीय माणसाच्या सहवासात त्या इंग्रजाला अस्वस्थ वाटू लागलं. आशुतोषबाबूंना दुसऱ्या कंपार्टमेंटमध्ये जायला सांगायचं धाडस त्याच्यात नव्हतं. त्याऐवजी पुढच्या स्टेशनावर गाडी थांबली, तेव्हा त्यानंच हमालाला बोलावलं. आपलं सामान उचलून दुसऱ्या कंपार्टमेंटमध्ये न्यायचं फर्मान त्याला दिलं. मग तो इंग्लिश माणूस गुपचूप हमालापाठोपाठ गेला.

आशुतोषबाबू फार आनंदित झाले. त्या इंग्लिश माणसाची फजिती पाहून त्यांची करमणूक झाली होती. शेवटी त्या गर्विष्ठ माणसाला त्यानी धडा शिकवला होता. 'मूर्खाला चांगली अद्दल घडली. जशास तसे!' ते पुटपुटले. मग ते आपल्या सीटवर जाऊन आरामात बसले आणि बाहेरचं निसर्गसौंदर्य पाहू लागले.

◆

(भारताच्या तिसऱ्या पंतप्रधान, इंदिरा गांधी या अगदी बालपणापासून भारतीय स्वातंत्र्यलढ्याच्या साक्षीदार होत्या. त्यांचे वडील आणि आजोबा स्वातंत्र्यलढ्याचे नेते होते, तशाच त्यांची आजी, आई अणि आत्यासुद्धा. त्यामुळे इंदिरा गांधींना हा लढा अगदी जवळून पाहता आला.

इंदिरा गांधीही स्वातंत्र्यलढ्यात सहभागी व्हायला उत्सुक होत्या; पण त्यासाठी त्या काय करू शकत होत्या? त्यांच्या कुटुंबीयांना त्या अजून फर लहान आहेत, असं तेव्हा वाटायचं.

जोन ऑफ आर्कनं फ्रान्सला विजय मिळवून दिला, तेव्हा ती फक्त तेरा वर्षांची होती. इंदिराही तेरा वर्षांची असताना तिला असं वाटायचं, की स्वातंत्र्यलढ्याला हातभार लावता येईल एवढे आपण मोठे आहोत.)

वानरसेना

इंदिरेनं जोन ऑफ आर्कची गोष्ट पहिल्यांदा वाचली, तेव्हा ती सात वर्षांची होती. जोन ही फ्रान्समधल्या अगदी आतील भागातल्या एका खेड्यात राहणारी मुलगी होती.

जोनच्या काळात इंग्लंड आणि फ्रान्समध्ये युद्ध चाललेलं होतं. त्यात फ्रान्सला बऱ्याच वेळा पराभव पत्करावा लागलेला होता. ब्रिटननं पॅरिससकट बराच फ्रेंच प्रदेश आपल्या ताब्यात घेतलेला होता. ब्रिटिशांनी पॅरिसच्या गादीवर डॉफिनच्या पुतण्याला बसवलं. (फ्रान्सच्या राजसत्तेच्या वारसाला डॉफिन म्हणतात.) या पुतण्याला फ्रान्सचा राजा व्हायचं होतं. त्यामुळे त्यानं ब्रिटिशांशी हातमिळवणी केलेली होती.

डॉफिननं फ्रान्सच्या आतील भागात आश्रय घेतला. तिथून त्यानं आपल्या साथीदारांची मदत घेऊन लढा चालू ठेवला. पण डॉफिनला विजयाची फारशी आशा नव्हती. ही बातमी जोनच्या कानावर आली, तेव्हा ती तेरा वर्षांची होती. फ्रान्स संकटात सापडला होता. फ्रान्सला कोण वाचवेल... फ्रान्सच्या गादीवर कायदेशीर वारस पुन्हा कोण बसवेल... या प्रश्नांची उत्तरं शोधण्यात जोननं दिवसचे दिवस घालवले. तेव्हा आकाशवाणी झाली– 'या कामासाठी तुझी निवड झालीय.' ते ऐकून तिला धक्काच बसला. "माझी?" तिनं विचारलं. पुन्हा आकाशवाणी झाली– "होय."

जोननं ती देववाणी शिरोधार्य मानली. तिच्यापुढे अडचणींचे डोंगर उभे होते. तरीसुद्धा तिनं फ्रान्सला संकटाच्या खाईतून बाहेर काढलं आणि डॉफिनला राजसिंहासनावर बसवलं. इंदिरा जोनशी एकरूप होऊन गेली. एकदा इंदिरेच्या आत्यानं- कृष्णानं अलाहाबादमधल्या त्यांच्या 'आनंद भवन' या घराच्या व्हरांड्यात उभं राहून आपल्याच विचारात गुंग झालेल्या इंदिरेला पाहिलं. एखादा ध्वज हातात धरून तो पुढे सरसवावा, तसा तिनं एक हात उंचावला होता. ती स्वतःशीच काही तरी पुटपुटत होती.

कृष्णाआत्यानं इंदिरेला हाक मारली; पण तिचा कुठलाच प्रतिसाद नव्हता. इंदिरेची समाधी लागलेली होती. आत्या तिच्या जवळ गेली, तिचा हात धरला आणि तिला गदागदा हलवलं, तेव्हा कुठे इंदिरेच्या समाधीचा भंग झाला.

कृष्णाआत्यानं जेव्हा इंदिरेला याबद्दल विचारलं, तेव्हा तिनं उत्तर दिलं, "मी जोन ऑफ आर्क व्हायचा सराव करत्येय."

त्या दिवशी रात्रीच्या जेवणाच्या वेळी घरातली सगळी माणसं एकत्र जमली, तेव्हा कृष्णानं सगळा प्रसंग सांगितला. इंदिरेच्या बाबांनी म्हणजे जवाहरलाल नेहरूंनी ते ऐकून तिची थट्टा केली. तशीच तिच्या आजोबांनीही. पण म्हणून इंदिरा हिरमुसली नाही. ती म्हणाली, "मला हसू नका. मी दुसरी जोन ऑफ आर्क होईन म्हटलं, तुम्ही बघाच."

इंदिरेच्या घरच्या मंडळींनी इंदिरेचं बोलणं काही गंभीरपणे घेतलं नाही. त्यांना वाटलं, असेल तिची एक लहर. त्यांना माहिती होतं, मुलांच्या डोक्यात मधूनच भलत्याच कल्पना शिरतात; पण या कल्पना

लवकरच मावळतातही. त्यामुळे इंदिरेच्या घरची मंडळी लवकरच हा प्रसंग विसरून गेली.

स्वातंत्र्यलढ्यासाठी काहीतरी करण्याची इंदिरेची इच्छा फार तीव्र होती. तिला वाटायचं, काळच आपल्याला दुसरी जोन ऑफ आर्क व्हायची संधी देईल.

आपलं स्वप्नं पूर्ण करायची संधी तिला १९३० मध्ये मिळाली. अनेक स्वातंत्र्यसैनिक जोम धरू लागले होते. 'आनंद भवन'मध्ये नियमितपणे ते बैठका घ्यायचे. काही कारणांमुळे ते भेटू शकले नाहीत, तर ते एकमेकांना पोस्टामार्फत किंवा एखाद्या व्यक्तीमार्फत संदेश पाठवत. त्याच वेळी ब्रिटिशांनी स्वातंत्र्यसैनिकांवर तुटून पडायचं ठरवलं. त्यासाठी पोलिसांना स्वातंत्र्यसैनिकांच्या घरांवर बारीक नजर ठेवायला अणि सावलीसारखं त्यांच्या पाळतीवर राहायला सांगण्यात आलं. याचा परिणाम म्हणजे पोलिसांना त्यांच्या हालचालींची नेहमीच माहिती असायची.

काही वेळा पोलीस स्वातंत्र्यसैनिकांच्या घरांभोवती वेढा घालायचे. कोणालाही त्यांच्या घरात जायची परवानगी नसायची. त्यामुळे त्यांना भेटणं अवघड व्हायचं. ते भेटलेच नाहीत, तर त्यांच्या कार्याची योजना ते निश्चित करणार कसे?

इंदिरेला जेव्हा ही समस्या कळली, तेव्हा आपल्याला ही संधी वाया घालवून चालणार नाही, असं तिला वाटलं. त्यात तिच्या लहान वयाचा तिला फायदा होणार होता. पोलिसांचा मोठ्या माणसांवर संशय असायचा, लहान मुलांवर नसे.

स्वातंत्र्याच्या ध्येयासाठी हातभार लावण्यासाठी आपण काय करू शकू, ह्यावर इंदिरेनं खूप विचार केला. ती आणि तिचे मित्र-मैत्रिणी निरोप पोचवण्याचं काम करू शकत होते. ही मुलं स्वातंत्र्यसैनिकांच्या घरांभोवती हिंडताना दिसली, तरी पोलिसांना मुलांचा संशय कधीच येणार नव्हता. कोणालाही संशय येऊ न देता मुलांना जा-ये करता येणार होती.

ही कल्पना इंदिरेला आवडली. तिनं ती काही मित्र-मैत्रिणींना बोलून दाखवली मात्र,तेही या कल्पनेनं फुलून आले.

"फारच छान! आपण सुरुवात कधी करायची?" त्यांच्यापैकी एकानं विचारलं.

“आपले इथून पुढचे दिवस थरारक जाणार आहेत. पोलिसांच्या वेढ्यातून जाऊन स्वातंत्र्यसैनिकांना निरोप पोचवायला मजा येईल. म्हणजे आपणही स्वातंत्र्यसैनिक होऊ.” एक मैत्रीण आनंदानं म्हणाली.

“पण आपल्या चमूला एखादं नाव हवंच.” आणखी एक मित्र म्हणाला.

“मी त्यावर आधीच विचार केलाय. आठवतंय? हनुमानानं लंकेत जाऊन सीतेचा शोध घेतला आणि तिला रामाचा संदेश दिला. तो एक वानर होता. आपण ‘वानरसेना’ नाव घेतलं तर?” इंदिरेनं तिच्या मित्रांना विचारलं.

‘आपण शेपट्या ठेवायच्या का?’ त्या वानरसेनेपैकी एकानं गमतीनं विचारलं.

“आपण शेपट्या नसलेले वानर होऊ.” इंदिरा विनोदानं उत्तरली. मग ती म्हणाली, “आपल्याला स्वातंत्र्यलढ्याला आणखीही बऱ्याच प्रकारे मदत करता येईल. सध्या मोठी माणसं करत असलेल्या कामांपैकी काही कामं आपण का करू नये?”

इंदिरा बोलताबोलता मध्येच थांबली.

“कुठली कामं?” सगळ्यांनी एकदम विचारलं.

“आपण भित्तिपत्रकं तयार करू शकतो, झेंडे करू शकतो, पत्रांवर पत्ते लिहू शकतो, स्वयंपाक करू शकतो, स्वातंत्र्यसैनिकांना हवं-नको ते पाहू शकतो, महत्त्वाची कागदपत्रं गुपचूप बाहेर नेऊ शकतो....” इंदिरा सांगतासांगता मध्येच गप्प झाली.

मग वानरसेना कामाला लागली. आणखी मुलं-मुली या वानरसेनेत सामील झाली आणि लवकरच ही संख्या एक हजारच्या वर गेली. इंदिरा या मुलांच्या छोट्याछोट्या गटांना भेटायची. अनेक कामं ती त्यांच्याकडे सोपवायची. जास्त धाडसी मुलाना धोकादायक कामगिऱ्यांवर पाठवलं जायचं.

इंदिरेच्या आजोबांना ‘वानरसेने’बद्दल कळलं, तेव्हा त्यांनी काहीसं थट्टेनं लिहिलं, ‘मी असं सुचवेन की प्रत्येक सदस्यानं शेपूट धारण केली पाहिजे. या शेपटीची लांबी ती धारण करणाऱ्यांच्या वयाप्रमाणे लहान-मोठी असावी.’

अर्थात इंदिरा स्वतः तटस्थ राहिलेली नव्हती. ‘वानरसेने’च्या सदस्यांच्या

बरोबरीनं तीही कामं करायची.

एक दिवस बऱ्याच प्रमुख स्वातंत्र्यसैनिकांनी पोलिसांना हुलकावणी दिली आणि ते 'आनंद भवना'त महत्त्वाच्या विषयांवर चर्चा करण्यासाठी एकत्र जमले. त्याच वेळी शाळेत जाण्याऐवजी इंदिरा जिथं बैठक होती, त्या खोलीजवळ घुटमळत असल्याचं तिच्या वडिलांच्या लक्षात आलं. त्यांनी तिला विचारलं, "अगं, तुझी शाळेची वेळ झाली ना?"

"नाही बाबा, अजून एक तास आहे."

"मग बाहेर जा आणि खेळा. इथं तुझं काही काम नाही," त्यांनी तिला पिटाळलं.

तिच्या डोळ्यांत अश्रू दाटून आले. तिनं ते अश्रू रोखून धरले आणि झोपाळ्यावर झोके घेण्यासाठी ती बागेकडे धावली. ती जोरात पायानं रेटा द्यायची, की झोपाळा वर जायचा. प्रत्येक वेळी झोपाळा खाली आला, की इंदिरा आणखी जोरात झोका घ्यायची. लवकरच तिचा झोका उंचउंच गेला.

तोच तिला काही हालचाल चालू असल्यासारखे आवाज ऐकू आले. तिचा झोका उंचावर गेला तेव्हा तिनं भिंतीपलीकडे पाहिलं, तर पोलीस घराभोवती वेढा देताना तिला दिसले. त्यांचं काय चाललं असेल, याचं तिला कुतूहल वाटलं. पण काहीतरी धोका असल्याचं तिला जाणवलं.

एक मिनिटही न दवडता तिनं पाय जमिनीवर जोरात टेकवून झोका थांबवला. स्वातंत्र्यसैनिकांची जिथं बैठक चाललेली होती त्या खोलीकडे ती धावत गेली आणि आधी दार न ठोठावताच धाडकन् आत शिरली. सगळ्यांच्या नजरा तिच्याकडे वळल्या. तिच्या वडिलांनी तिला रागानं विचारलं, "मी तुला इथं येऊ नकोस म्हणून सांगितलं होतं ना?"

"हो. तुम्ही सांगितलंत बाबा; पण मला यावं लागलं. पोलिसांनी घराला गराडा घातलाय." इंदिरेनं शांतपणे सांगितलं.

"बापरे! आता काय करायचं? पुढच्या मोहिमेच्या योजनेचा मसुदा आपल्यापाशी आहे. तो जर त्यांच्या हातात पडला, तर आपण अडचणीत येऊ." एका स्वातंत्र्यसैनिकानं आपली धास्ती बोलून दाखवली.

"योजनेची ती कागदपत्रं किती मोठी आहेत?" इंदिरेनं विचारलं.

"एकत्र टाचलेले थोडे कागद आहेत फक्त."

"ती कागदपत्रं माझ्यापाशी द्या. मी ती लपवून बाहेर नेईन." इंदिरेनं मदत करायची तयारी दाखवली.

"तू?" खोलीतल्या सगळ्या लोकांनी एकदम विचारलं.

"हो." इंदिरा उत्तरली.

"पण कसं?" त्यांनी विचारलं.

"ते माझ्यावर सोपवा." तिनं ती कागदपत्रं घेतली आणि आपल्या खोलीकडे धावत गेली. तिनं ते कागद आपल्या एका वहीमधे दडवले आणि ती वही शाळेच्या इतर पुस्तकांबरोबर दप्तरात ठेवली. मग तिनं शाळेचा गणवेष घातला आणि ती पोर्चकडे धावत गेली. तिला शाळेत घेऊन जाण्यासाठी गाडी थांबलेली होती. ती गाडीत बसली आणि तिनं ड्रायव्हरला गाडी सुरू करायला सांगितलं.

एका पोलिसानं ड्रायव्हरला गाडी थांबवायचा इशारा केला. ड्रायव्हरनं आज्ञाधारकपणे गाडी थांबवली. इंदिरेची छाती धडधडत होती; पण तिनं आपण घाबरलो आहोत, असं अजिबात दाखवलं नाही. पोलीस गाडीत डोकावला. त्यानं दप्तर घेतलेल्या इंदिरेकडे पाहिलं.

"दप्तरात काय आहे?" त्यानं विचारलं.

"माझी पुस्तकं आहेत," इंदिरेनं घड्याळ पाहिलं आणि ती रागानं म्हणाली. "मला शाळेत जायला उशीर होतोय."

"त्या दप्तरात आमच्या कामाची कागदपत्रंही असतील" पोलिसानं आपली शंका बोलून दाखवली.

"माझे बाबा अशा धोक्यात मला घालतील, असं तुम्हाला वाटतं कसं?" इंदिरा फटकन म्हणाली. तिनं त्याच्याकडे रागानं पाहिलं.

त्या उत्तरात तथ्य असल्यासारखं पोलिसाला ते सुसंगत वाटलं. स्मित करत तो म्हणाला, "माफ करा बाईसाहेब. चूक झाली. तुमचं बरोबर आहे. कुठलेही वडील तसं करणार नाहीत. जा तुम्ही शाळेत."

गाडी शाळेकडे निघाली. इंदिरेनं सुटकेचा सुस्कारा टाकला. स्वातंत्र्यसैनिकांच्या कामात तिनं कसूर केली नव्हती. तिनं आपलं तेज दाखवून दिलं होतं, अगदी जोन ऑफ आर्कप्रमाणे!

◆

(उषा मेहता यांचं बालपण गुजरातमधल्या भडोच या शहरात गेलं. त्यांचे वडील न्यायाधीश असल्यानं ब्रिटिश सत्तेच्या नियमांनी ते बांधलेले होते. पण उषा स्वच्छंद वृत्तीची होती. तिच्यावर अशी कुठलीच बंधनं नव्हती.

स्वातंत्र्यलढ्यात उषानं पहिल्यांदा भाग घेतला, तेव्हा ती शाळेत होती. काँग्रेसनं 'सायमन कमिशन'वर बहिष्कार घालण्याचं आवाहन केलं होतं. उषा आणि तिच्या मैत्रिणींनी शाळेत एक निषेध मोर्चा

राष्ट्रलहरी 50

आयेजित केला. तिरंगा घेऊन 'वंदे मातरम्!' म्हणत आणि ब्रिटिश सरकारच्या विरुद्ध घोषणा देत त्यांनी भडोचच्या रस्त्यांवरून हा मोर्चा काढला होता. पोलिसांनी मग त्यांचे तिरंगी ध्वज हिसकावून घेतले आणि या मुलींना पिटाळून लावलं.

पोलिसांच्या या अनुभवाचा उषा आणि तिच्या मैत्रिणींना फार राग आला. त्या एकत्र जमल्या आणि त्यांनी एक योजना तयार केली. त्यांच्याशी गट्टी असलेल्या एका शिंप्यानं रात्रभर जागून या मुलींसाठी पोशाख शिवले. या पोशाखामुळे प्रत्येक मुलीचं रूपांतर तिरंग्यामध्येच झालं. पोलिसांनी सगळ्यांना अटक केली अणि त्यांना आपल्याबरोबर घेऊन गेले.

पुढे १९३७ मध्ये उषानं मुंबईतल्या विल्सन महाविद्यालयात प्रवेश घेतला. १९४२ मध्ये महात्मा गांधींनी देशाला एक नवी घोषणा दिली

'छोडो भारत! ब्रिटिशांनो, चले जाव !' उषा मेहतांनी या लढ्यात उडी घेतली. त्यांनी हा लढा अक्षरशः हवेत नेला, म्हणजेच आकाशवाणीच्या माध्यमातून सर्वत्र पोचवला.)

'छोडो भारत' या दोन शब्दांचे प्रतिध्वनी देशाच्या कोनाकोपऱ्यांत घुमले. ही घोषणा प्रत्येक भारतीयाच्या ओठांवर नाचत होती.

तरीसुद्धा कितीही चांगली असली, तरी नुसती घोषणा देऊन तिचा कधीच परिणाम होत नाही. त्या घोषणेला कृतीचं पाठबळ लागतं. कृतीशिवाय उक्ती म्हणजे वस्तूशिवाय सावली.

उषा मेहता हे चांगलं ओळखून होत्या. महात्मा गांधींनी बिटिशांना 'छोडो भारत'चा इशारा दिला, तेव्हा उषा मुंबईतल्या विल्सन महाविद्यालयात शिकत होती. तिला स्वातंत्र्यसैनिकांना मदत करायची होती. तिच्या वडिलांनी तिला बाकी गोष्टींपेक्षा अभ्यासाकडे लक्ष द्यायचा सल्ला दिला; पण तिचा त्याला आक्षेप होता. तिनं ठामपणे पण नम्रपणे त्यांचा सल्ला नाकारला.

'माझा विचार कर. मी एक सरकारी अधिकारी आहे. मी आता निवृत्तीच्या जवळ आलो आहे. तुझ्या अशा वागण्यामुळे सरकारची वक्रदृष्टी माझ्याकडे वळू शकेल,' तिच्या वडिलांनी आर्जवानं आपली बाजू मांडली. आपल्याला उषाचं मन वळवता येईल असं त्यांना वाटलं.

इथंच त्यांचं मत चुकीचं ठरलं. उषानं आपल्या कृतींना संपूर्णपणे आपणच जबाबदार असल्याची खात्री देणारं एक छोटं पत्र लिहिलं. तिच्या कृत्यांचा ठपका दुसऱ्या कोणावर येणार नव्हता. उषानं ते पत्र वडिलांना दिलं आणि म्हणाली, "हे पत्र तुमच्यापाशी ठेवा बाबा. आता तुम्हाला काही त्रास होणार नाही."

वडिलांनी तिच्या डोक्यावर थोपटलं आणि प्रेमानं तिला कुशीत घेतलं. भावनावेगानं गळा दाटून आल्यानं त्यांच्या तोंडून शब्द फुटेनात.

अजूनही स्वातंत्र्याच्या ध्येयाला हातभार लावण्यासाठी आपण काय करू शकू, याची उषाला कल्पना नव्हती. पण एका गोष्टीची तिला स्पष्ट जाणीव होती; ती केवळ घोषणा देऊन स्वस्थ बसणार नव्हती. ती शब्दांपलीकडे जाणार होती, शब्द कृतीत उतरवून प्रत्यक्ष

कामाला लागणार होती. शब्द प्रत्यक्षात उतरवणार होती. स्वातंत्र्यलढ्यात ती भरीव योगदान देणार होती.

भडोचला शाळेत असताना आपण काय केलं होतं, ते तिला आठवलं. तिरंगी झेंड्यात असतात तसे केशरी, पांढरा आणि हिरवा रंग असलेले पोशाख तिनं आणि तिच्या मैत्रिणींनी घातले होते. त्याच चालत्याबोलत्या तिरंगी ध्वज झाल्या होत्या. 'सायमन गो बॅक' अशा घोषणा देत रस्त्यांवरून त्यांनी फेरी काढली होती. तो खरोखरच एक वैशिष्ट्यपूर्ण असा निषेधाचा प्रकार होता.

उषानं आपल्या भावी कार्याची दिशा ठरवण्यासाठी बराच काळ विचार केला. निषेध मोर्चांना त्यांच्या मर्यादा होत्या. ते सामूहिक निषेध होते आणि बहुतेक वेळा ते उत्स्फूर्त असत. काही दिवसांनी हळूहळू त्यांचा जोर संपून जायचा. लोकांचा त्यातला रस तरी निघून जायचा किंवा हिंसक अशा सूडचक्राचा अवलंब करून त्यांना नमवण्यात पोलीस यशस्वी व्हायचे.

'छोडो भारत' चळवळीला हातभार लावण्यासाठी उषाला काहीतरी वेगळं करायचं होतं. तिच्या मते रुळलेल्या मार्गानं जाण्यात काही अर्थ नव्हता. आपल्या कार्याची दिशा ठरवता न आल्यानं ती अजूनही अंधारातच चाचपडत होती.

योगायोगानं तिची बाबूभाई खक्कर या तरुणाशी भेट झाली. उषाच्या एका मैत्रिणीच्या घरी दोघांची औपचारिकरीत्या ओळख त्या मैत्रिणीनं करून दिली.

थोडा वेळ त्यांचं संभाषण सर्वसाधारण विषयांभोवतीच फिरत राहिलं. त्यांचं चहापान चाललं होतं, त्याच वेळी रेडिओवरच्या एका कार्यक्रमाचं मंद पार्श्वसंगीत चालू होतं. थोड्या वेळानं ते 'भारत छोडो' आंदोलनावर चर्चा करू लागले. उषा एकदम फुलून आली. स्वातंत्र्यलढ्यात उडी घ्यायच्या आपल्या निश्चयाबद्दल ती बोलत असताना तिचा आवाज चढत गेला.

ती रेडिओवरच्या रोजच्या बातम्यांची वेळ होती. त्यांनी रेडिओचा आवाज वाढवला आणि श्वास रोखून ते बातम्या ऐकू लागले. सर्व भारतभर सगळं आलबेल असल्याचं बातम्यांमध्ये सांगितलं गेलं.

"ते खोटं सांगतायत. हा खोटारडेपणा कोण खपवून घेईल?" उषा

संतापली होती. त्याच वेळी एक कल्पना तिला सुचली. ती स्वतःशीच पुटपुटल्यासारखी म्हणाली, "खऱ्या बातम्या देणारं एक रेडिओ स्टेशनच सुरू केलं तर?' 'छोडो भारत' आंदोलनाला साहाय्य करणारं एक रेडिओ केंद्र."

बाबूभाईनं तिचं ते मत ऐकलं. तो मध्येच म्हणाला, "तू हे गंभीरपणे बोलतीयस?"

"अर्थातच" उषा निश्चयानं म्हणाली.

"मग मी तुझ्याशी सहमत आहे. मला त्यासंबंधीचं तांत्रिक ज्ञान आहे. एक छोटं रेडिओ केंद्र चालवण्यासाठी कुठली साधनसामग्री लागते ते मला माहिती आहे. पण त्यासाठी लागणारा पैसा कुठून मिळणार?" त्यानं विचारलं.

"थेंबे थेंबे तळे साचे," उषाच्या मैत्रिणीनं मध्येच एक म्हण टाकली.

"आपल्याला देणग्यांमधून पैसा गोळा करावा लागेल. काही उद्योगपती आणि जमीनदार राष्ट्रीय विचारांचे आहेत; आपल्याला त्यांचीही मदत घेता येईल." उषा म्हणाली. त्यांनी मनापासून काम करायला सुरुवात केली. पाच दिवसांत बराच पैसा जमवण्यात त्यांना यश आलं. बाबूभाईनं एक ट्रान्झिस्टर, ध्वनिमुद्रणाच्या उपकरणांचा एक संच आणि व्हॉल्व्ज्, वायरी, प्लग्ज, सॉकेट्स असे सुटे भाग जमवले.

उषानं स्वातंत्र्यसैनिकांशी संपर्क साधला. राम मनोहर लोहियांनी तिला आवश्यक ती सगळी माहिती दिली. तिनं बातम्या एकत्र करून बातमीपत्रं तयार केली. लो. टिळक, गोपाळ कृष्ण गोखले, म. गांधी आणि जवाहरलाल नेहरू, अशा थोर देशभक्तांची उत्कृष्ट भाषणंही तिनं निवडली. प्रसारणासाठी तिनं ती भाषणं तयार ठेवली.

बाबूभाईनं या रेडिओ केंद्रासाठी योग्य त्या तांत्रिक बाबी आणि ध्वनिलहरी यांची निवड केली. मुंबईतल्या गिरगाव भागातल्या पारेखवाडीमधल्या एका घरात एका छोट्या खोलीत त्यानं ही साधनसामग्री जुळवून ठेवली. रेडिओ केंद्र सुरू करण्याची त्यांची आता तयारी झाली होती.

"आपण कुठल्याही एका ठिकाणाहून आठवड्याभरापेक्षा जास्त काम करू शकणार नाही," बाबूभाईनं उषाला या कामातला धोका दाखवून दिला.

“पण का?”उषानं विचारलं.

“रेडिओलहरी अडवून शोधून काढता येतात. सरकार ते करणारच. त्यामुळे एका आठवड्यापेक्षा जास्त काळ कोणतीही एक जागा सुरक्षित राहणार नाही.” बाबूभाईनं खुलासा केला.

बाबूभाईचा मुद्दा उषाच्या ध्यानी आला. “म्हणजे आपल्याला चांगलीच भ्रमंती करावी लागणार आहे,” ती गमतीनं म्हणाली. पण पुढच्याच क्षणी ती गंभीर झाली. तिनं मुंबईतल्या आणि भोवतीच्या आणखी डझनभर जागा ठरवून टाकल्या.

१४ ऑगस्ट १९४२ची सकाळ. अनेक घरांमध्ये रेडिओ लावलेले होते. आपल्याला हवं ते स्टेशन लावण्यासाठी लोक रेडिओचं बटण फिरवत असताना ४३ मीटर वेव्हलेंग्थवर त्यांना खरखर ऐकू आली. ऐकणाऱ्यांपैकी काही चौकस लोकांचं कुतूहल वाढलं आणि त्यांनी रेडिओ नीट लावला. त्यांना एका स्त्रीचा आवाज स्पष्टपणे ऐकू आला,“आम्ही काँग्रेस रेडिओवरून बातम्या देत आहोत–”

बऱ्याच लोकांनी त्या बातम्या लक्षपूर्वक ऐकल्या. बातम्या चांगल्याच खळबळजनक होत्या. त्यांत भारतातल्या अनेक भागांत व्यक्त झालेले सामूहिक निषेध, पोलिसांची दडपशाही, मृत्युमुखी पडलेले किंवा पोलिसांच्या अत्याचारानं अपंग झालेले वा पोलिसांनी तुरुंगात टाकलेले लोक यांची माहिती दिलेली होती.

बातम्यांचं हे प्रसारण सरकारी अधिकाऱ्यांनीही ऐकलेलं होतं. ‘हे रेडिओ केंद्र शोधून काढा; ते उद्ध्वस्त करा,’ सरकारी प्रशासनातल्या वरिष्ठ अधिकाऱ्यानं आपल्या हाताखालच्या अधिकाऱ्यांना आदेश दिला.

हे अधिकारी कामाला लागले. वायरलेस ऑपरेटर्सनी रेडिओलहरी आणि कॉल साइन्स शोधून काढत काँग्रेस रेडिओवर नजर ठेवली. जवळजवळ आठवडाभर तपास चालू राहिला. शेवटी हे रेडिओ केंद्र ज्या भागातून चालवलं जात होतं, तो भाग शोधून काढण्यात ऑपरेटर्सना यश मिळालं. आणखी प्रखर रेडिओलहरी शोधून काढल्या, की त्या गुप्त रेडिओ केंद्रापर्यंत जाता येईल, या विचारानं ते ऑपरेटर्स गाड्या घेऊन रेडिओ केंद्र असलेल्या भागाच्या परिसरात आले.

पण त्यांची मजल इथपर्यंतच जाऊ शकली. उषा आणि बाबूभाई

सुदैवी होते. नुकतंच त्यांनी त्या जागेतलं रेडिओ केंद्र बंद करून दुसऱ्या ठिकाणी हलवलेलं होतं.

असे तीन महिने त्यांना नशिबाची साथ लाभली. दोनदा त्यांना घाईघाईत जागा सोडावी लागली. आधिकारी तिथं पोचले, तेव्हा त्यांना जळलेले व्हॉल्व्ह्ज, टेपचे तुकडे, नादुरुस्त केलेले प्लग्ज, सॉकेटस् आणि वायरींची भेंडोळी, याशिवाय जप्त करण्यासारखं काहीही तिथं मिळालं नव्हतं. रेडिओ केंद्र चालू ठेवण्याच्या 'कृत्या'ला जबाबदार असलेले लोक हे अधिकारी पकडू शकले नाहीत.

"आपण कसेबसेच निसटलो म्हणायचं!" उषा एकदा म्हणालीसुद्धा.

"कसेबसे का होईना, निसटलो ना?" बाबूभाई गमतीनं, नव्या ठिकाणी रेडिओ केंद्राची जुळवाजुळव करताना म्हणाला.

असं म्हणतात, की धाडसी लोकांना नशीब अनुकूल असतं. जवळजवळ तीन महिने उषा आणि बाबूभाईला नशीब साथ देत राहिलं.

पण असंही म्हणतात, की कधी ना कधी नशिबाची साथ संपतेसुद्धा; काहींच्या बाबतीत लवकर तर काहींच्या बाबतीत उशिरा. पण कसंही असलं तरी नशीब कधी ना कधी पाठ फिरवतंच.

१२ नोव्हेंबर १९४२ रोजी नशीब उषा अणि बाबूभाईच्या बाजूनं नव्हतं. उषा त्या दिवशीच्या प्रसारणासाठी टेबलापाशी बसून मजकूर तयार करत होती. बाबूभाई एका नादुरुस्त व्हॉल्व्हशी खटपट करत होता. अचानक धाडकन् दार उघडलं. काही अधिकारी आणि पोलीस खोलीत शिरले. त्यांनी उषा आणि बाबूभाईला अटक केली.

त्यांना गाडीकडे नेलं जात असताना उषा बाबूभाईकडे वळली आणि फटकन् म्हणाली, 'चांगल्या गोष्टी कधीच दीर्घ काळ चालू राहत नाहीत. आपला डाव संपलाय. पण आपल्याला त्यातच खरी मजा आली.' त्यावर बाबूभाईनं संमतिदर्शक डोकं हलवलं.

◆

(सुभाषचंद्र बोस 'भारतीय प्रशासकीय सेवा' परीक्षेला बसले होते. पूर्वी त्या परीक्षेला 'आय. सी. एस.' – इंडियन सिव्हिल सर्व्हिस म्हणत. त्यात ते यशस्वी झाले होते, पण ते प्रशासकीय सेवेत दाखल झाले नाहीत. त्याऐवजी त्यांनी भारताच्या स्वातंत्र्यासाठी लढा द्यायचं ठरवलं.

काँग्रेस पक्षाचा एक कार्यकर्ता म्हणून त्यांनी राजकारणात प्रवेश केला. त्यांच्या चांगल्या कामगिरीमुळे पक्षाचे अध्यक्ष म्हणून त्यांची दोनदा निवड झाली होती. तरीसुद्धा महात्मा गांधींशी मतभेद झाल्यामुळे त्यांना आपल्या पदाचा राजीनामा देणं भाग पडलं. तेव्हापासून ते स्वबळावर उभे राहिले.

हूल

50

त्यांचा मार्ग अधिक लढाऊ होता. त्यामुळे ब्रिटिशांच्या दृष्टीनं ते गुन्हेगार ठरले. दुसरं महायुद्ध उफाळल्यावर सुभाषचंद्र बोस आनंदित झाले. भारताच्या स्वातंत्र्यासाठी धाडसी प्रयत्न करण्याच्या दृष्टीनं ही अगदी योग्य वेळ असल्याचं त्यांनी जाणलं. ब्रिटिश सरकारनंही त्यांच्या हालचालीवर प्रतिहल्ला चढवला. बोस यांना २ जुलै १९४० रोजी अटक झाली. त्यांच्यावर राजद्रोहाचा आरोप ठेवून त्यांना कारावासाची शिक्षा देण्यात आली.

तुरुंगाबाहेर पडण्यासाठी सुभाषबाबूंनी एक योजना आखली. १९ नोव्हेंबर १९४० रोजी त्यांनी आमरण उपोषण सुरू करायचं ठरवलं. गव्हर्नरला लिहिलेल्या एका पत्रात त्यांनी जाहीर केलं–'राष्ट्र

जिवंत राहण्यासाठी प्रत्येक व्यक्तीनं बलिदान केलंच पाहिजे. भारत जगावा आणि त्याला स्वातंत्र्यवैभव प्राप्त व्हावं म्हणून मला माझ्या प्राणांची आहुती द्यावीच लागेल.'

उपोषणामुळे त्यांचं वजन कमी होऊ लागलं. त्यांची तब्येत हा सगळ्यांच्या चिंतेचा विषय झाला. सुभाषचंद्र बोसांना तुरुंगात मृत्यू आला असता, तर भारतात लोकांच्या संतापाचा उद्रेक झाला असता. ब्रिटिश हा धोका ओळखून होते. ब्रिटिश सरकारनं या परिस्थितीतून सुटका करून घेण्यासाठी एक सोपा मार्ग निवडला. सुभाषबाबूंना तुरुंगातून मुक्त करून त्यांच्या घरीच नजरकैदेखाली ठेवण्यात आलं.

पण तरीही सुभाषचंद्र बोस भारतातून निसटण्यात यशस्वी झालेच. ते जर्मनीला गेले. आणि तिथून रासबिहारी बोस यांनी बोलावल्यामुळे अतिपूर्वेला गेले. त्यांनी 'आझाद हिंद सेना' – 'इंडियन नॅशनल आर्मी' उभी केली. जपान्यांच्या ताब्यात युद्धकैदी असलेले अनेक भारतीय सैनिक आझाद हिंद सेनेला येऊन मिळाले. सुभाषचंद्र आता 'नेताजी' झाले. त्यांच्या सैनिकांचेच नव्हे तर साऱ्या जगाचे. 'तुम मुझे खून दो, मैं तुम्हे आजादी दूँगा' अशी ग्वाही त्यांनी आपल्या सैनिकांना दिली. 'चलो दिल्ली' हा तर त्यांचा नाराच होता. भारत स्वतंत्र झालेला मात्र ते बघू शकले नाहीत. एका विमान अपघातात त्यांना मृत्यू आला. मात्र मृत्यूसमयी, स्वातंत्र्य आता हाकेच्या अंतरावर असल्याची जाणीव त्यांना होती.

ही गोष्ट वाचल्यावर सुभाषचंद्र पोलिसांना हूल देऊन आपल्या घरातून कसे निसटले आणि तिथून जर्मनीपर्यंत झेप घेण्यात यशस्वी कसे झाले, ते तुम्हाला समजेल.)

सुभाषचंद्र बोस यांना तुरुंगातून मुक्त करून कलकत्त्यातील एल्जिन रोड येथील त्यांच्या घरी नेण्यात आलं. इथं त्यांना स्थानबद्ध ठेवण्यात आलं. घराभोवती पोलिसांची एक मोठी तुकडी अहोरात्र पहारा ठेवून होती. सुरुवातीला ते अतिशय सावध होते. सुभाषचंद्रांना भेटायला येणाऱ्या प्रत्येकाचं नाव आणि पत्ता टिपून घेतला जात होता. भेटायला येणारा का आलाय, त्याच्या कामाचं स्वरूप काय आहे, या प्रश्नांना दिली जाणारी उत्तरं नोंदवून घेतली जात होती.

आता सुभाषचंद्रांना भेटायला फारच थोडे लोक येऊ लागले. पोलिसांना ते विचित्र वाटलं. सुभाषचंद्रांच्या जवळच्या नातेवाइकांकडे त्यांनी त्यासंबंधी चौकशी केली. सुभाषचंद्रांना फार अशक्तपणा आल्याचं त्यांना सागण्यात आलं. कुणाच्या तरी मदतीशिवाय ते अंथरुणावरून उठूही शकत नव्हते. त्यांना खूप विश्रांती आणि शांततेची गरज होती.

सुभाषचंद्रांचे पुतणे, अरविंद आणि शिशिर ह्यांनीही सुभाषबाबूंना राजकारणाचा कंटाळा आला असल्याचं पोलिसाना सांगितलं. मानसिक शांतीसाठी ते धर्माकडे वळले होते. चंडीदेवीची उपासना करण्यातच ते बराच काळ व्यतीत करत होते.

सुरुवातीला या खुलाशावर पोलिसांचा विश्वास बसला नाही, पण लवकरच सुभाषचंद्रांच्या घरी भगवी वस्त्रं आणण्यात आल्याचं त्यांना आढळलं. 'ही वस्त्रं सुभाषबाबूंसाठी आहेत, ते संन्यास घेण्याची शक्यता आहे,' सुभाषबाबूंच्या घरातल्या मंडळींनी सांगितलं.

या बातमीनं पोलिसांना आनंद झाला. स्वातंत्र्यलढ्यातून सुभाषबाबूंनी निवृत्त व्हावं, हीच तर त्यांची इच्छा होती. त्यांची इच्छा प्रत्यक्षात येऊ घातली होती. पोलिसांना वाटलं, आता आराम केला तरी चालेल, त्यांच्यावर एवढं बारकाईनं लक्ष ठेवायची गरज नाही.

पोलिसांच्या दृष्टिकोनात हा बदल होईपर्यंत सुभाषबाबू संयम ठेवून राहिले. पोलीस त्यांच्या पहाऱ्याच्या कामात निष्काळजी झाले असल्याचं सुभाषबाबूंच्या पुतण्यांनी त्यांना सांगितलं, तेव्हा सुभाषबाबूंच्या चेहऱ्यावर हसू उमटलं. पहिली फेरी त्यानी जिंकली होती. पोलिसांच्या मनातला संशय त्यांनी दूर केला होता. स्वातंत्र्यासाठी आता साहसी पाऊल टाकण्याची वेळ आलेली होती.

काळ आणि समुद्राच्या लाटा कोणासाठी थांबत नाहीत. अगदी साहसी देशभक्तांसाठीही. एखादी संधी फक्त एकदाच दार ठोठावते, हे सुभाषबाबू ओळखून होते. त्यांची ही संधी हुकली असती, तर त्यांना पुन्हा दुसरी संधी मिळणार नव्हती.

खरंतर त्यांना दुसऱ्या संधीची गरज नव्हतीच. संधी मिळताच त्यांनी तिचा लाभ उठवला. आपल्या सुटकेसाठी त्यांनी मोठी योजना आखली. कुठल्याही गोष्टीत त्यांनी दैवावर हवाला ठेवला नाही, सगळे कच्चे दुवे विचारात घेतले. अगदी बारीकसारीक तपशिलांवरही त्यांनी विचार केला.

१७ जानेवारी, १९४१ रोजी रात्रीच्या वेळी सुभाषबाबूंनी 'मौलवी'चा अघळपघळ पोशाख अंगावर चढवला. अंधाराचा फायदा घेऊन ते घराच्या पोर्चपाशी उभे राहिले. घरापासून थोड्या अंतरावर पोलिसांच्या तुकडीनं टाकलेला तंबू त्यांना दिसत होता.

एकच पोलीस घराच्या फाटकाजवळ उभा होता. मधूनच आपला दंडुका परजत तो घराभोवती एखादी फेरी मारायचा. त्याची चालण्याची ढब मंद होती. जवळजवळ सुस्तावल्यासारखी. आळस आणि कंटाळा त्याच्या चालण्यातून दिसून येत होता. थोडी खळबळ, थोडं आव्हान समोर आलं असतं, तर त्याला आवडलंही असतं; पण त्याला हवं होतं तसं घडण्याची काही शक्यता नव्हती. कंटाळून तो जांभया देऊ लागला. स्वतःशीच पुटपुटत त्यानं आपली फेरी सुरू केली. दोन डोळे म्हणजेच सुभाषबाबूंचे डोळे आपल्या हालचालींवर लक्ष ठेवून आहेत, याची त्याला कल्पना नव्हती.

स्वातंत्र्यासाठी झेपावायला योग्य क्षण यायची वाट पाहत सुभाषबाबू तिथंच रेंगाळत राहिले.

पोलिसाची पाठ वळताच सुभाषबाबू घाईघाईनं घराच्या फाटकातून बाहेर पडले. आपल्या मार्गात धोका नसल्याची त्यांनी पुन्हा एकदा खात्री करून घेतली. एकही पोलीस दृष्टिपथात नव्हता. दैव सुभाषबाबूंना अनुकूल होतं. जास्तीत जास्त अंधारात राहत ते फुटपाथच्या कडेनं चालत राहिले आणि मग कोपऱ्यावर वळले.

त्याच वेळी त्यांना एका मोटारीच्या इंजिनाची घरघर ऐकू आली. तो आवाज त्या क्षणी त्यांच्या कानांना संगीतासारखा वाटला. ठरलेल्या योजनेप्रमाणे ती गाडी त्यांच्यासाठीच थांबलेली होती. सुभाषबाबू गाडीजवळ जाताच गाडीचं मागचं दार झटकन उघडलं. सुभाषबाबू आपल्यामागे गाडीचं दार धाडकन लावून घेत पटकन आत शिरले. गाडीनं वेग घेतला. सुभाषबाबूंनी सुटकेचा सुस्कारा टाकला. पोलिसांच्या नजरकैदेतून निसटण्यात ते यशस्वी झाले होते. कुणालाही त्याचा सुगावा लागलेला नव्हता. पोलिसांना तर नाहीच नाही.

ती गाडी त्या रस्त्याच्या बाजूलाच असलेल्या एका रेल्वे स्टेशनापाशी वेगानं आली. स्टेशनपासून योग्य अंतरावर गाडी थांबवून ड्रायव्हर गाडीबाहेर गेला. त्यानं पेशावरचं एक तिकीट काढलं आणि मग

घाईघाईनं तो पुन्हा गाडीपाशी आला.

इंजिनाच्या कर्कश्श शिट्टीनं रात्रीच्या शांततेचा भंग झाला. अजूनही मौलवीच्या पोशाखात असलेले सुभाषबाबू ते तिकीट आपल्या पोशाखाच्या बंडीत लपवत गाडीबाहेर उतरले. मग आपल्या मित्रांना निरोपाचा हात करून ते स्टेशनकडे निघाले.

पंजाबमेल प्लॅटफॉर्मला लागलेली होती. सुभाषबाबू गाडीत चढले आणि कोपऱ्यातली एक आरामशीर सीट पाहून तिथं आरामात बसले.

गाडीनं शिट्टी दिली. गाडी हलण्याच्या बेतात होती. अजूनही थोड्याफार लोकांना गाडीत चढायचं असल्यानं काही क्षण गाडीच्या दारापाशी एकच धांदल उडाली.

सुरुवातीला हळूहळू पुढे सरकत मग लय पकडून गाडी स्टेशनबाहेर पडली. लवकरच तिनं वेग घेतला सुभाषबाबूंनी खिडकीबाहेर नजर टाकली. आकाशात लक्षावधी चांदण्या चमचमत होत्या.

एल्जिन रोडवरच्या सुभाषबाबूंच्या निवासस्थानी पोलिसांचा पहारा चालूच होता. काही लोक सुभाषबाबूंना भेटण्यासाठी आले; पण त्यांच्या कुटुंबीयांनी नम्रपणे नकार देऊन त्यांना परत पाठवलं. सुभाषबाबू ध्यानस्थ असून त्यात व्यत्यय येता कामा नये, अशा कडक सूचना त्यांनी देऊन ठेवल्या असल्याचं या लोकांना सांगण्यात आलं.

पोलिसांनी हे ऐकल्यावर सुभाषबाबू आता घरात चांगलेच रमले असल्याचं ते धरून चालले. पण इथंच त्यांची गफलत झाली.

दुसऱ्या दिवशी फटफटलं, तेव्हा वातावरण चमकदार निरभ्र होतं. सुभाषबाबू आणि इतर काही प्रवासी सूर्योदयाबरोबर जागे झाले. गाडीचा लांबवरचा नागमोडी प्रवास चालूच होता. प्रवासी आपापसात बोलू लागले. सुभाषबाबूही त्यांच्या गप्पांमधे सामील झाले. कुठल्याही प्रकारचा संशय निर्माण होऊ नये, हा हेतू त्यामागे होता. त्यांनी आपलं नाव झियाउद्दीन असल्याचं सांगितलं. आपण लखनौमधले एक विमा एजंट आहोत, असं त्यांनी भासवलं.

सुभाषबाबू पेशावरमध्ये दोन दिवस राहिले. तिथं त्यांनी मौलवीचा पोशाख फेकून दिला आणि आता एका मुक्या-बहिऱ्या पठाणाचं सोंग घेतलं. पेशावरहून ते काबूलला पायी निघाले. हा प्रवास खूप दूरचा व खडतर होता. पण सुभाषबाबूंचा निर्धार ठाम होता.

ध्येयाच्या ओढीनं ते चालत राहिले. शेवटी ते काबूलला पोचले.

एका नकाशाच्या साहाय्यानं काबूलमध्ये त्यांनी आपली वाट शोधली. पाठलाग टाळण्यासाठी मुख्य रस्ता सोडून ते बाजूच्या अरुंद गल्ल्यांमध्ये शिरले. मधूनच त्यांना मागे जावं लागायचं. पण आपल्या मित्राचं घर येईपर्यंत ते चालत राहिले. त्यांच्या मित्रानं– उत्तमचंदनं– सुभाषबाबूंना पाहिलं, तेव्हा त्याचा आपल्या डोळ्यांवर विश्वास बसेना. त्यानं सुभाषबाबूंचे हात घट्ट धरले आणि त्यांच्याकडे रोखून पाहत पुटपुटत म्हणाला, "तू भूत होऊन तर आला नाहीयेस ना?"

"मी भुतासारखा दिसतोय?" सुभाषबाबूंनी गमतीनं विचारलं.

त्याच वेळी उत्तमचंदची बायको त्या खोलीत आली. तिला एक परका माणूस दिसला. त्याचा पोशाख आणि वागण्याची पद्धत पाहून ती घाबरली. भुवया उंचावत तिनं उत्तमचंदला 'हे कोण' अशा अर्थानं 'त्या परक्या' माणसाबद्दल विचारलं. उत्तमचंदच्या लक्षात आलं.

हसून त्यानं तिची भीती दूर केली आणि तिला सांगितलं, "ब्रिटिशांच्या हातावर तुरी देऊन निसटलेले हेच तर महाशय आहेत. हे सुभाष बोस आहेत."

तिचा चेहरा आनंदानं फुलून आला. स्मितवदनानं तिनं सुभाषबाबूंचं स्वागत केलं आणि त्यांच्यासाठी खाद्यपदार्थ आणण्यासाठी ती खोलीबाहेर गेली. थोड्याच वेळात त्या भागातलं खास स्वादिष्ट पेय 'कावा' घेऊन ती परतली. दोघंही मित्र त्या पेयाचे घुटके घेत असताना सुभाषबाबूंनी स्थानबद्धतेतून आपण कसे निसटलो, ते सांगितलं.

तोपर्यंत भारत सरकारला सुभाषबाबू निसटल्याच कळलं होतं. सरकारनं त्यांचा शोध घ्यायचा आदेश दिला होता. उत्तमचंदलाही हे त्यामुळेच कळलं होतं. तो सरकारला हव्या असलेल्या, अटकेतून सुटलेल्या एका फरारी माणसाला आश्रय देत होता. हा एक गुन्हा होता. त्यातला धोका उत्तमचंद ओळखून होता; पण तरीही या अडचणीच्या प्रसंगात त्यानं आपल्या मित्राच्या पाठीशी उभं राहायचं ठरवलं.

राहण्याच्या दृष्टीनं काबूल काही सुरक्षित गाव नव्हतं. ते ब्रिटिशांच्या नियंत्रणाखाली होतं. काबूलला राहून सुभाषबाबूंना काहीच साध्य होणार नव्हतं, तसंच काबूल हे काही त्यांचं अंतिम लक्ष्य नव्हतं.

उत्तमचंद आणि त्याच्या काही मित्रांनी मिळून सुभाषबाबूंना इटलीचा

पासपोर्ट मिळवून दिला. हा पासपोर्ट ऑरलँडो मॅझोटा या नावानं काढण्यात आला होता. हा पासपोर्ट म्हणजे जणू जादूची कांडीच ठरली. सुभाषबाबूंनी परदेशातून येणाऱ्या व्यक्तींची कागदपत्रं तपासणाऱ्या केंद्रांवर ही जादूची कांडी हलवली आणि ते मॉस्कोच्या विमानात चढले. मॉस्कोमध्ये जर्मनीची वाट पकडली. २८ मार्च १९४१ रोजी ते बर्लिनला पोचले. तिथून त्यांनी अतिपूर्वेकडे प्रयाण केलं.

सुभाषबाबूंच्या जीवनातल्या त्यानंतरच्या बाकी सगळ्या घटना आता इतिहासाचा एक भाग झाल्या आहेत. या इतिहासामागे एक धाडसी पलायन आहे.

◆

(जानकीदास हे नाव फारच थोड्या लोकाना माहिती आहे. पण तो त्याचा दोष नाही. सामूहिक स्मरणशक्ती नेहमी क्षीण असते. स्वातंत्र्यलढ्याच्या नेत्याचं आपण स्मरण करतो; पण स्वातंत्र्याच्या ध्येयासाठी झटलेले हजारो स्वातंत्र्यसैनिक विस्मृतीत गेले आहेत. असं असलं तरी थोर नेत्यांच्या त्यागाइतकीच त्या अज्ञात स्वातंत्र्यसैनिकांची देशसेवाही अमूल्य अशी आहे. जानकीदास यांच्या कहाणीतून हेच सिद्ध होतं.

खेळ तिरंग्याशी

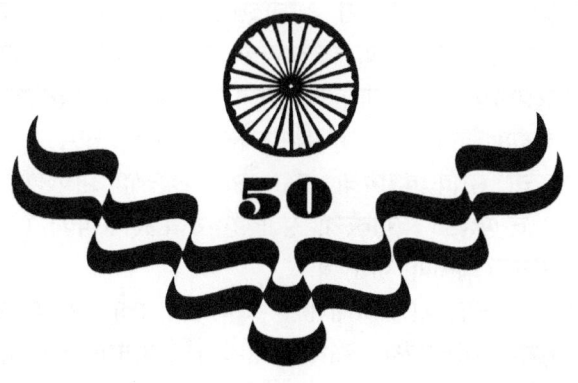

तरुण वयात जानकीदास हे एक आघाडीचे खेळाडू होते. नंतर ते चित्रपट आणि लेखनाकडे वळले. त्यांच्या आयुच्यातला सोनेरी क्षण अवतरला तो १९४६ मध्ये. त्या वर्षी झुरिच येथे भरलेल्या आंतराष्ट्रीय क्रीडास्पर्धांमध्ये त्यांनी तिरंगा फडकावला आणि ब्रिटिश सत्तेच्या सामर्थ्यालाच आव्हान दिलं.

त्या काळात भारत म्हणजे ब्रिटिशांची एक वसाहत असल्यानं भारताचा स्वतःचा असा राष्ट्रीय ध्वज नव्हता. भारतीय खेळाडूही क्रीडास्पर्धांमध्ये नेहमी ब्रिटिश पथकाचा एक भाग म्हणूनच भाग घ्यायचे. पण एक दिवस जानकीदास यांनी ही परंपरा मोडली.

त्यांना हे ऐतिहासिक पाऊल उचलावंसं का वाटलं, हे धाडसी काम करण्यासाठी त्यांना कोणी प्रेरणा दिली, ते या कथेतून उलगडेल.)

तरुण वय हे आशावादानं आणि स्वप्नांनी भारलेलं असतं. जानकीदासही काहीतरी करून दाखवायच्या उमेदीनं सळसळत होता. त्याला क्रीडा विश्वात आपल्याला उज्ज्वल भविष्यकाळ आहे, असं वाटायचं. सायकलिंग या क्रीडाप्रकारात त्यानं नाव मिळवल होतं आणि राष्ट्रीय स्पर्धांमध्ये खूप बक्षिसंही जिंकली होती.

या विजयांमुळे त्याला आणखी आत्मविश्वास आला. एक दिवस आंतरराष्ट्रीय स्पर्धांमध्येही आपली गुणवत्ता आपण सिद्ध करू, अशी स्वप्नं तो पाहायचा. तशी संधी त्याच्याकडे चालून आलीसुद्धा. १९४६ मध्ये झुरिच येथे भरणाऱ्या जागतिक क्रीडास्पर्धांमध्ये सहभागी होण्यासाठी त्याचं नाव सुचवण्यात आलं.

या बातमीनं जानकीदास आनंदित झाला. अखेर एकदा त्याचं स्वप्न साकार करण्याची संधी त्याच्यापुढे आलेली होती. परंतु आकांक्षांना कठोर परिश्रमांची साथ लाभल्याशिवाय त्या कधीच प्रत्यक्षात उतरत नाहीत. आणि जानकीदास हे विसरलेला नव्हता. तास न् तास तो सायकलिंगचा सराव करायचा. त्या वेळी त्याच्या आयुष्यात एकमेव ध्येय होतं ते म्हणजे जगातल्या सर्वोत्कृष्ट सायकलपटूंपैकी एक म्हणून स्वतःचं स्थान निर्माण करायचं.

झुरिचमधल्या क्रीडास्पर्धांसाठी जानकीदासची निवड झाल्याची बातमी वृत्तपत्रांनी दिली. गांधीजींनीही ती बातमी वाचली आणि त्यांना अतिशय आनंद झाला. त्यांच्या या आनंदामागची कारणं शोधण्यासाठी फार दूर जावं लागत नाही.

गांधीजींना आनंद अशासाठी झाला, की ते पहिल्यापासूनच आरोग्यप्रेमी होते. दररोज लांब अंतरापर्यंत ते पायी जायचे आणि संधी मिळाली तर सायकलही चालवायचे. त्यांना वेळ मिळाला की, आश्रमवासीयांबरोबर ते खेळही खेळायचे. अगदी तुरुंगात असतानासुद्धा ते रोज व्यायाम करायचे आणि स्वतःला शारीरिकदृष्ट्या तंदुरुस्त ठेवायचे.

गांधीजी म्हणायचे, 'लोक शारीरिक आणि मानसिक या दोन्ही दृष्ट्या तंदुरुस्त असलेच पाहिजेत. तब्येत चांगली ठेवायचा सगळ्यांत उत्तम मार्ग म्हणजे मैदानी खेळांमध्ये भाग घेणं. शारीरिक तंदुरुस्तीतून मानसिक सावधपणा येतो. आणि याचाच परिणाम म्हणजे साहसी

कार्याची तयारी होते. केवळ धाडसी कृत्यांमुळेच देशाला स्वातंत्र्य मिळू शकेल.'

तरुणांमध्ये तर धाडस ओसंडून वाहत असतं, त्यामुळे गांधीजींच्या आशा भारतातल्या तरुणांवर केंद्रित झालेल्या होत्या आणि ते बरोबरच होतं. कोणत्याही देशाचं भवितव्य आजच्या तरुणांच्या हातांत असतं; कारण ते उद्याचे नेते होणार असतात. म्हणूनच जेव्हाजेव्हा कोणत्याही क्षेत्रात एखादा तरुण आपली गुणवत्ता दाखवायचा, तेव्हा गांधीजींना आनंद व्हायचा आणि जानकीदासच्या रूपानंही त्यांना भारतीय क्रीडा क्षेत्राचं उज्ज्वल भवितव्य दिसलं.

आपल्या 'हरिजन' या साप्ताहिकात गांधीजींनी जानकीदासला शुभेच्छा देऊन त्याची निवड झाल्याबद्दल एक लेख लिहिला. भारतातल्या तरुणांना त्यांनी पुढे ठाकलेल्या आव्हानात्मक कामांसाठी सज्ज राहण्याचं आग्रही आवाहन केलं. ह्या तरुणांमधूनच भावी काळातले प्रशासक, शास्त्रज्ञ, तंत्रज्ञ, सैनिक, क्रीडापटू आणि अगदी बंडखोरही घडणार होते.

जानकीदासचा एक मित्र त्याच्याकडे आला आणि त्यानं त्याचं अभिनंदन केलं.

'धन्यवाद, झुरिचमध्ये मी प्रयत्नांची शर्थ करेन,' जानकीदास हसतहसत म्हणाला.

"मी त्यापेक्षाही आगळी कामगिरी केल्याबद्दल तुझं अभिनंदन करण्यासाठी आलोय," तो मित्र गूढपणे म्हणाला.

"ती कोणती?"

"गांधीजींनी तुझ्या निवडीबद्दल जे लिहिलंय, ते तू वाचायलाच हवंस," तो मित्र म्हणाला. त्यावर जानकीदासची प्रतिक्रिया पाहिल्यावर त्याच्या चेहऱ्यावर स्मित उमटलं.

"वेडाबिडा आहेस का काय? गांधीजींचं माझ्याकडे लक्ष कसं गेलं?" जानकीदास आश्चर्यानं म्हणाला.

"झुरिचच्या स्पर्धेसाठी तुझी निवड झाल्यामुळे गांधीजी म्हणतात, 'तरुणांच्या प्रत्येक कामगिरीत मला भारताचं भविष्य दिसतं.' झुरिच स्पर्धांमध्ये तू स्थान पटकावल्यामुळे गांधीजींना ही गोष्ट उल्लेखनीय वाटली," त्या मित्रानं खुलासा केला.

जानकीदासला अनावर आनंद झाला. 'हरिजन'चा अंक विकत घ्यायला तो धावतच गेला. त्यानं तो लेख डझन वेळा वाचला, तेव्हा त्याचा चेहरा अभिमानानं उजळून निघाला. पण ही भावना फार काळ राहिली नाही आणि त्याच्या उत्तेजनेची जागा, लवकरच गांधीजींना भेटून त्यांचे आशीर्वाद घेण्याच्या इच्छेनं घेतली.

जानकीदासनं महात्मा गांधींना पत्र लिहून भेट देण्याची विनंती केली. महात्माजींनी भेटीची वेळ, तारीख, जागा ठरवून तत्परतेनं त्याला उत्तर दिलं.

ठरलेल्या वेळी जानकीदास भेटायला गेल्यावर त्याला महात्माजींच्या खोलीत नेण्यात आलं. तिथं एका घोंगडीवर महात्माजी बसलेले होते. जानकीदासनं आदरपूर्वक महात्माजींच्या चरणांना स्पर्श केला. गांधीजींनी त्याच्याकडे पाहून स्मित केलं. मग त्यांनी जानकीदासला जवळ येऊन आपल्या शेजारी बसण्याची खूण केली.

"माझा तुझ्यावर विश्वास आहे. तू भारताचा लौकिक वाढवशील," महात्माजी प्रेमानं म्हणाले.

"मला तुमचेच आशीर्वाद हवे आहेत, बापूजी," जानकीदास हळुवार आवाजात म्हणाला.

"तू तुझ्या गुणांमुळे माझे आशीर्वाद मिळवले आहेस. कठोर परिश्रमांच्या जोरावर तू सन्मान मिळवला आहेस; पण...." गांधीजी बोलायचे थांबले.

गांधीजींच्या त्या आकस्मिक स्तब्धतेमुळे जानकीदास अस्वस्थ झाला. त्याला वाटलं, गांधीजी कशामुळे बोलायचे थांबले? त्याचं असं काय चुकलं होतं, की ते महात्माजींच्या लक्षात आलं होतं? त्याला त्याची कल्पना नव्हती आणि तसं गांधीजीना विचारायचं त्याला धैर्यही झालं नाही.

जानकीदास ताणलेल्या मनःस्थितीत गांधीजी पुढे काय बोलतात याच्या प्रतीक्षेत थांबून राहिला. त्याची छाती धडधडत होती. त्या चिंतेनं जानकीदास फारच व्याकूळ झाला. असं असलं तरी त्याबाबत तो काहीच करू शकत नव्हता. गांधीजींनी आपला हात पसरला आणि जानकीदासच्या दंडावर ठेवला. त्याला ते प्रेमानं म्हणाले, "पण आपला स्वतःचा ध्वज सोडून दुसऱ्या कुठल्याही ध्वजाखाली तू

क्रीडास्पर्धांमध्ये भाग घेता कामा नये.''

जानकीदासच्या मनात विचारांचा एकच गोंधळ उडाल्यानं तो काहीच बोलला नाही. भारत स्वतंत्र नव्हता. देशाला स्वतःचा असा ध्वज नव्हता. त्यामुळेच त्याला प्रश्न पडला, आपण झुरिचच्या स्पर्धांमध्ये भाग घेऊ नये, असं महात्माजींना वाटतंय की काय?

या विचारानं त्याचा चेहरा मलूल झाला. क्रीडा क्षेत्रात मान्यता मिळावी म्हणून त्यानं वर्षानुवर्षं मेहनत घेतलेली होती. त्याची क्रीडास्पर्धेसाठी झालेली निवड हे त्या मेहनतीचं फळ होतं. आजवरची त्याची कामगिरी सातत्यानं चांगली होत आलेली होती आणि त्यामुळेच त्याला ब्रिटिश पथकात स्थान मिळालेलं होतं. पण तो ज्या ध्वजाखाली त्या स्पर्धेत सहभागी होणार होता, त्या ध्वजाविषयी त्यानं विचार केला नव्हता. तो ध्वज ब्रिटिश असणार होता. भारताला स्वतःचा ध्वज नसल्यानं स्पर्धेत भारतीय ध्वज असणार नव्हता. अस्तित्वातच नसलेल्या ध्वजाखाली स्पर्धेत सहभागी होणं जानकीदासला कसं शक्य होतं? त्यानं स्पर्धेतून माघार घ्यावी, असं महात्माजींना वाटत होतं की काय?

त्याच्या डोळ्यांत किंचितसं पाणी तरळलं 'पेला आणि ओठ यांत बरंच अंतर असतं,' या वचनामागचं सत्यच त्या क्षणी त्याला उमगलं.

मान झुकवून जानकीदास गांधीजींच्या आदेशाची वाट पाहत राहिला.

गांधीजी मोठ्यानं हसले आणि म्हणाले, ''बाळ, तुझ्या मनातली भीती काढून टाक. मी तुला स्पर्धेतून माघार घ्यायला सांगत नाहीये. तुला स्पर्धेत जायलाच हवं. जगातल्या सर्वोत्कृष्ट खेळाडूंशी स्पर्धा करूनच तू तुझं कौशल्य सुधारू शकशील.''

''बापूजी, आपले आभार कोणत्या शब्दांत मानावेत, तेच मला कळत नाहीये,'' जानकीदास सुटकेचा सुस्कारा टाकत म्हणाला.

''पण तू तिरंग्याखालीच या स्पर्धेत उतरायला हवंस; ब्रिटिश ध्वजाखाली नाही,'' गांधीजी सावकाश म्हणाले.

''ते मला कसं जमेल?'' जानकीदासनं विचारलं,

''आपल्यापाशी काँग्रेसचा तिरंगा आहे. एक तुझ्याबरोबर झुरिचला

घेऊन जा. तो तुझ्या शर्टात लपव आणि योग्य वेळ आली की, ब्रिटिशांच्या ध्वजाच्या- युनियन जॅकच्या दोऱ्या तोडून टाकून त्याऐवजी आपला तिरंगा फडकव.'' गांधीजी ठामपणे म्हणाले.

ते बोलणं ऐकून जानकीदासचा आपल्या कानांवर विश्वास बसेना. तो अडखळत म्हणाला, ''ते काम फार अवघड आहे. मी एक सामान्य व्यक्ती आहे.... एक अगदी सामान्य तरुण. मी कुणी असामान्य योद्धा नाहीये. एवढा धोका पत्करण्याएवढं धैर्य माझ्यात आहे, असं मला वाटत नाही.''

''मला तर तू कुणी भित्रा माणूस वाटत नाहीस,'' गांधीजी चेष्टेच्या स्वरात म्हणाले. मग त्यांनी विचारलं,

''तुला पन्नास वर्षं जगायचंय का दहा हजार वर्षं?''

त्या प्रश्नानं जानकीदास गोंधळून गेला. तो गप्प होऊन गांधीजींकडे पाहत राहिला. गांधीजींनी तोच प्रश्न पुन्हा विचारला, तरीही जानकीदास काहीच बोलला नाही. मग गांधीजी प्रेमानं पण वज्रनिश्चयी सुरात म्हणाले, ''तुला दहा हजार वर्षं जगायचं असेल, तर तू तिरंगा फडकावशील आणि देशासाठी बलिदान करायला सज्ज होशील.''

आपल्याला गांधीजींचं बोलणं उमगलंय असं सुचवल्यासारखा जानकीदासनं गांधीजींच्या तळहातावर आपला हात दाबला. ''म्हणजे माझ्या कार्यासाठी तू तयार आहेस तर,'' गांधीजी म्हणाले.

नंतर महात्माजींच्या जानकीदासकडून अपेक्षा होत्या तसंच त्यानं केलं. झुरिचच्या मैदानावर जमलेल्या प्रेक्षकांना एक विलक्षण दृश्य दिसलं. युनियन जॅक खाली उतरला आणि त्या जागी तिरंगा हवेत फडकू लागला.

जानकीदासच्या आयुष्यातला तो एक महान क्षण होता. आपल्या विजयाचा तो क्षण जानकीदास कधीच विसरू शकला नाही आणि त्यामुळेच काही वर्षांनंतर या घटनेवर आधारलेल्या एका चित्रपटाची निर्मिती त्यानं केली. या चित्रपटाचं नाव होतं, 'एक झंडे की कहानी.'

महात्माजी सामान्य माणसांमधून वीर पुरुष घडवायचे. हा चमत्कार त्यांनी अनेकदा घडवून आणला. त्यांच्या सहवासात येणाऱ्यांना ते अगदी सहजपणे प्रेरित करायचे.

महात्माजींनी जानकीदासला दहा हजार वर्षांच्या आयुष्याचं आश्वासन दिलं होतं. ते आश्वासन त्यांनी दिलं; कारण त्यांना माहिती होतं, वीरपुरुष अमर असतात. मर्त्य माणसांमधून त्यांनी अमर वीर उभे केले होते. जानकीदास झुरिचच्या क्रीडास्पर्धांचा वीरनायक ठरला आणि सदैव लोकांच्या स्मरणात राहण्याचा बहुमान त्याला मिळाला.

◆

(विनायक दामोदर सावरकर हे वीर सावरकर म्हणूनच अधिक सुपरिचित आहेत. शौर्यकथा ऐकतच ते अक्षरशः लहानाचे मोठे झाले. या कथांपैकी बऱ्याचशा कथा १८५७ च्या स्वातंत्र्ययुद्धात लढलेल्या लोकांचं धैर्य आणि त्याग यांभोवतीच गुंफलेल्या होत्या. त्या कथा सावरकर पुन्हापुन्हा ऐकत आणि वाचत. त्यामुळे त्यांनी निश्चयच केला. त्यांनी आपल्या स्वातंत्र्यासाठी लढायचं ठरवलं.

फसलेले साहस

उच्च शिक्षणासाठी ते इंग्लंडला गेले, पण तेथे त्यांचा अभ्यास मागे पडला. कारण ते युरोपमध्ये असलेल्या भारतीय स्वातंत्र्यसैनिकांमध्ये दाखल झाले. या स्वातंत्र्यसैनिकांमध्ये श्यामजी कृष्ण वर्मा, मादाम कामा आणि व्ही. व्ही. एस. अय्यर अशी मंडळी होती.

सावरकरांनी स्वातंत्र्याच्या ध्येयासाठी अनेक सदस्यांची भरती करून घेतली. मायदेशी असलेल्या क्रांतिकारकांना शस्त्रास्त्रं आणि दारूगोळा पुरवण्याचं काम ते करीत असत. थोड्याच दिवसांत ब्रिटिश कायद्याच्या दृष्टीनं ते एक संशयित ठरले. पोलीस त्यांच्या हालचालींवर पाळत ठेवू लागले.

२१ डिसेंबर १९०१ रोजी जॅक्सन या नाशिकच्या कलेक्टरचा वध करण्यात आला. सावरकरांचा धाकटा भाऊ नारायण याला अटक करण्यात आली. सावरकरांवरही या वधाच्या कटाचे एक साथीदार असल्याचा आरोप ठेवण्यात आला.

त्या वेळी सावरकर पॅरिसमध्ये होते. त्यांनी इंग्लंडला परतू नये, असा सल्ला त्यांच्या मित्रांनी त्यांना दिला. त्यांच्या अटकेचं वॉरंट निघालं असल्याचं सावरकरांना त्यांच्या मित्रांनी सांगितलं.

त्यामुळे नंतर तीन महिने सावरकर पॅरिसमध्ये राहिले. मग १३ मार्च १९१० रोजी सावधगिरीच्या सूचनांना न जुमानता ते इंग्लंडला आले. इंग्लंडच्या भूमीवर पाय ठेवताक्षणीच त्यांना अटक करण्यात आली. त्यांना मॅजिस्ट्रेटसमोर उभं करण्यात आल्यावर त्यानं सावरकरांना भारतात हद्दपार करण्याचा आदेश दिला. भारतात त्यांच्यावर खटला चालणार होता. हद्दपारीची कारवाई प्रत्यक्षात येईपर्यंत त्यांना इंग्लंडमधल्या ब्रिक्स्टन येथील तुरुंगात ठेवण्यात आलं होतं.

१ जुलै १९१० रोजी एस. एस. मेरिआ या बोटीवर त्यांना पाठवण्यात आलं. पोलीस अधिकाऱ्यांची एक तुकडी त्यांच्यावर पहारा ठेवून होती.

तरीसुद्धा जहाज समुद्रातून जात असताना उडी मारून सावरकरांनी स्वातंत्र्यासाठी मोठं धाडस दाखवलं. त्यांचं हे धाडस फसलं; पण आजवर माणसानं सुटकेसाठी केलेल्या सगळ्यांत धाडसी प्रयत्नांपैकी एक म्हणून ते ओळखलं जातं.

सावरकरांना जन्मठेची शिक्षा ठोठावण्यात आली आणि त्यांना अंदमानच्या तुरुंगात पाठवलं गेलं. तिथून वीस वर्षांनंतर त्यांची सुटका झाली. सावरकर भारतात परतल्यावर त्यांनी 'हिंदू महासभा' या पक्षाची स्थापना केली. त्यांची राजकीय मतं इतर स्वातंत्र्यसैनिकांपेक्षा वेगळी होती; पण त्यांच्या देशप्रेमाबद्दल कधीच कोणाला शंका नव्हती. त्यांची देशभक्ती निःसंशयपणे अत्युच्च दर्जाची होती.)

पिंजऱ्यातल्या सिंहाप्रमाणे सावरकर त्या तुरुंगातल्या आपल्या कोठडीत येरझारा घालत होते. त्यांच्या डोळ्यांत संतापानं जणू ठिणग्या फुटत होत्या. त्यांना वाटलं, पोलीस अधिकाऱ्यांनी आपल्याला या नरककोठडीत का ठेवलंय? तेच जर ते जहाजातून त्यांना भारतात घेऊन गेले असते तर? मग एका देशभक्ताचं पाणी त्यांना दाखवलं असतं. त्यांच्यावरचे आरोप त्यांनी नाकारले नसते. त्याउलट, आपल्या प्रत्येक कृतीचं, अगदी हिंसक कृतींचंही समर्थन केलं असतं. खटला चालवणाऱ्या न्यायाधीशाला त्यांनी सांगितलं असतं, की तर्कबुद्धीचा उपयोग नसल्यामुळेच

त्याची जागा हिंसेनं घेतली. प्रत्येक देशाला आपलं शासन चालवण्याचा अधिकार असतो. ब्रिटननं भारताला हा अधिकार नाकारला होता. त्यामुळे तर सावरकरांच्या कृतीचं अधिकच समर्थन होत होतं.

त्याच क्षणी त्यांच्या विचारचक्रात व्यत्यय आला. कोणीतरी त्यांच्या कोठडीच्या गजांवर खडखड करत होतं. त्यांनी वळून पाहिलं तर तुरुंगाच्या वॉर्डननं त्यांना कडक आवाजात सांगितलं, 'तुम्हांला कोणीतरी भेटायला आलंय. व्ही. व्ही. एस. अय्यर.'

तो वॉर्डन काही पावलं मागे फिरला. अय्यर यांच्याबरोबर परत आला आणि मग तो निघून गेला. संभाषण ऐकू जाईल एवढ्या टप्प्याच्या पलीकडे तो जाईपर्यंत अय्यर थांबले. मग प्रेमानं त्यांनी सावरकरांना अभिवादन करून 'कसे आहात?' असं त्यांना विचारलं.

"ठणठणीत आहे," सावरकरांनी फटकन सांगितलं.

अय्यरांना ते पटणं शक्य नव्हतं. सावरकर अशक्त, उपाशीपोटी असल्याचं त्यांच्या लक्षात आलं होतं. ते मलूल व थकल्यासारखेही वाटत होते. फक्त त्यांच्या डोळ्यांतलं तेज कायम होतं. ते पाहून अय्यर आनंदले. सावरकरांमधलं स्फुल्लिंग अजूनही टिकून होतं! तेच तर सगळ्यांत महत्त्वाचं होतं.

थोडा वेळ सावरकर आणि अय्यर कुजबुजत राहिले. अय्यर यांनी सावरकरांना अगदी अलीकडच्या बातम्या सांगितल्या. सावरकरांनी त्यासंबंधीच्या आणखी तपशिलांबाबत विचारलं, तेव्हा अय्यरांनी ती माहिती पुरवली.

या भेटीसाठी दिलेली वेळ संपत आली होती. सावरकरांनी गजांमधून हात बाहेर काढला. अय्यरांना आणखी त्यांच्याजवळ ओढलं आणि सावरकर खालच्या सुरात म्हणाले, "हे अधिकारी मला जहाजातून भारताकडे नेतील, तेव्हा मी सुटकेचा प्रयत्न करेन. ईश्वराची इच्छा असेल तर मार्सेलिसला मी तुम्हाला भेटेन."

अय्यर यांनी आनंदानं मान तुकवली. आजपर्यंत असं धैर्य आणि आत्मविश्वास त्यांनी क्वचितच पाहिला होता. सावरकर तुरुंगात होते. जहाजावर नेल्यावर तर त्यांना साखळदंडांनीच जखडून ठेवण्यात येणार होतं.

सावरकरांनी मंद स्मित केलं. तो वॉर्डन आता पुढे आला आणि

म्हणाला, ''भेटीची वेळ संपलीय.''

अय्यर यांनी सावरकरांचा निरोप घेतला आणि ते वॉर्डनच्या मागून निघून गेले. ते दृष्टिआड होईपर्यंत सावरकर त्यांच्याकडे पाहत राहिले.

शुक्रवार १ जुलै १९१०. पोलिसांच्या एका व्हॅनमधून सावरकरांना लंडनच्या बंदरावर नेण्यात आलं. त्यांना साखळदंडांनी जखडून ठेवण्यात आलं होतं. व्हॅन बंदरापाशी पोचताच सशस्त्र पोलिसांची एक तुकडी तिच्यातून खाली उतरली. या तुकडीनं सावरकरांना 'एस. एस. मोरिआ' या जहाजाकडे नेलं.

जहाज समुद्रावर मंदपणे हेलकावत होतं. भक्कम साखळदंडांनी ते जहाज बंदरावरच्या मोठ्या ठोकळ्यांना बांधून ठेवलेलं होतं. ते जहाजही जणू तिथून निघायला उत्सुक झालं होतं. सावरकरही त्या क्षणी अधीर झाले होते; पण त्यांची इच्छा प्रत्यक्षात येणं शक्य नव्हतं. ते जहाज त्यांच्यापेक्षा नशीबवान होतं. लवकरच ते समुद्रावर स्वार होणार होतं.

सावरकरांनी आपले हे विचार चेहऱ्यावर दिसू दिले नाहीत. त्यांनी आपली मुद्रा आनंदी ठेवली. जराही द्विधा मनःस्थिती न दाखवता, ते चालत राहिले. पोलिसांना मजेशीर गोष्टी सांगत, त्यांचं मनोरंजन करत ते हास्यविनोद करत राहिले. पोलिसांना त्यांच्या शांत धैर्याचं कौतुक वाटलं. या पोलिसांच्या तुकडीचे दोन अधिकारी- स्कॉटलंड यार्डचा इन्स्पेक्टर जॉन पार्कर आणि पोलीस उपनिरीक्षक पॉवर– फार अस्वस्थ होते. आपली एका अफाट साहसी माणसाशी गाठ आहे, हे ते ओळखून होते. त्यांनी पराकोटीचा पहारा ठेवला नसता, तर सावरकर हातचे निसटूही शकत होते. सावरकर सुरक्षितपणे जहाजावर चढेपर्यंत क्षणभरही विसावण्याचा विचार करणं त्यांना शक्य नव्हतं.

अजूनही त्यांनी सावरकरांना साखळदंडांतच जखडून ठेवलेलं होतं. निदान दोन पोलीस तरी सतत सावरकरांवर लक्ष ठेवून होते.

सावरकरांना 'एस. एस. मोरिआ' या बोटीवर ठेवल्याची बातमी कळली, तेव्हा अय्यर आणि मादाम कामा पॅरिसमध्ये होते. सावरकरांना ब्रिक्स्टन तुरुंगात अय्यर भेटले होते तेव्हाचे सावरकरांचे शब्द अय्यर यांना आठवले, 'ईश्वराची इच्छा असेल तर मी तुम्हाला मार्सेलिसला भेटेन.' अय्यर यांनी सावरकरांच्या या भाष्याचा पुनरुच्चार मादाम

कामांपाशी केला. हे शक्य होतं का? मादाम कामांना माहिती नव्हतं. मग त्यांना नेपोलिअनचं भाष्य आठवलं, ''माझ्या शब्दकोशात 'अशक्य' या शब्दाला स्थान नाही.'' सावरकर प्रयत्न करतील, याची त्यांना जाणीव होती. सावरकरांना मार्सेलिस गाठता आलं, तर त्यांच्यासाठी आवश्यक त्या मदतीची व्यवस्था करायचं अय्यर आणि मादाम कामा यांनी ठरवलं. जहाज व्यवसायात असलेल्या संबंधितांकडून त्यांनी जहाज ज्या मार्गानं जाणार होतं, त्याचा मागोवा घेतला.

६ जुलै रोजी जहाज मार्सेलिसजवळ येत असल्याची बातमी आली. मादाम कामा आणि अय्यर यांनी मोटारीतून मार्सेलिसला जायचं ठरवलं. तिथल्या बंदराभोवती ते रेंगाळत राहणार होते. सावरकरांना मार्सेलिसला पोचण्यात यश आलंच, तर ते त्यांना घेऊन जाणार होते. मग ते ब्रिटिश पोलिसांच्या पकडीतून सुटले असते. फ्रेंच भूमीवर सावरकरांना पुन्हा अटक करण्याचं धाडस ब्रिटिशांनी केलं नसतं. तसं करण्याचा त्यांना अधिकारच नव्हता.

दुसऱ्या दिवशी जहाजाच्या इंजिनात काहीतरी बिघाड झाल्याचं त्यांना कळलं. दुरुस्तीसाठी ते मार्सेलिस बंदरात थांबणार होतं. मादाम कामा आपला आनंद लपवू शकल्या नाहीत. त्यांना वाटलं, जहाजातून सुटका करून घेण्याची संधी सावरकरांना मिळेल? कोणालाच ते ठामपणे ठाऊक नव्हतं.

जहाजानं नांगर टाकला तेव्हा सावरकरांनी एका पोलिसाला एकूण घडामोडींबद्दल विचारलं. जहाजानं मार्सेलिस बंदराजवळ नांगर टाकल्याची बातमी पोलिसानं त्यांना दिली. ही संधी हातची जाऊ न द्यायचं सावरकरांनी ठरवलं. ते सुटकेचा प्रयत्न करणार होते. एक कैदी म्हणून त्यांना ज्या केबिनमध्ये ठेवलेलं होतं, त्या केबिनची त्यांनी नीट तपासणी केली. आजूबाजूला कुठे एखाद्या फटीसारखं काही दिसतं का, ते त्यांनी चाचपलं. पण तसं कुठेच दिसत नव्हतं. त्यापेक्षाही पार्कर पेंगुळल्यासारखा दिसत असला, तरी तो आसपास होता. सावरकरांना उतावळेपणा दाखवून चालणार नव्हतं. आपल्याला इथून बाहेर कसं पडता येईल, यावर ते विचार करत राहिले. मग त्यांना एक कल्पना सुचली. त्यांनी आपल्याला संडासात जायचंय, असं पार्करला सांगितलं.

पार्करला सावरकरांच्या त्या विनंतीत खटकण्यासारखं काही वाटलं

नाही. त्यानं त्यांच्या बेड्या काढून घेतल्या आणि सावरकर संडासात जाईपर्यंत तो त्यांच्यावर लक्ष ठेवून राहिला. संडासाच्या बाहेरही दोन पोलीस पहारा देत राहिले. संडासाच्या दाराला एक काचेचं तावदान होतं. पोलीस त्या तावदानातूनही बघू शकत होते.

सावरकरांनी आतून दार लावून घेतलं. त्यांना वेळ घालवून चालणार नव्हतं. लगेचच त्यांनी आपला रात्रीचा पोशाख उतरवला आणि तो त्या काचेच्या तावदानावर अडकवून ठेवला. त्यांनी तिथल्या खिडकीखालच्या पुढे आलेल्या कडेला धरून स्वतःला वर खेचलं मग खिडकीतून बाहेर डोकं काढत सगळी ताकद एकवटून पुन्हा अंग वर ओढून घेतलं. क्षणभर भीतीनं त्यांना घेरलं. खिडकीतून अंग आक्रसून घेऊन बाहेर पडता येईल एवढी ती मोठी असेल का, असं क्षणभरच त्यांना वाटलं; तरी क्षणार्धातच ती भीती दूर झाली. त्या खिडकीतून ते थेट पाण्यातच उडी मारून ते निसटले. काही अंतर ते पाण्याखालून पोहत गेले. त्यांनी जेव्हा डोकं वर काढलं तेव्हा त्यांच्यावर बंदुकीच्या गोळ्यांचा वर्षाव झाला.

सावरकर संडासातून बाहेर आले नाहीत, त्यामुळे बाहेर उभ्या असलेल्या दोघा पोलिसांनी दार फोडून आत प्रवेश केला, तेव्हा सावरकर निसटल्याचं त्यांच्या लक्षात आलं होतं. त्यांनी लगेच पार्कर आणि इतरांना धोक्याचा इशारा दिला. त्याबरोबर सगळ्या पोलिसांनी डेकच्या दिशेनं धाव घेतली आणि ते सावरकरांच्या दिशेनं गोळीबार करू लागले.

सावरकर पाण्यात डुब्या घेत मध्येच एका बाजूकडून दुसऱ्या बाजूला होत तो गोळीबार चुकवत राहिले आणि मार्सेलिस बंदरापर्यंत पोचण्यात यशस्वी झाले.

दरम्यान पोलीस दुसऱ्या आगबोटीनं बंदरापर्यंत पोचले होते. सावरकर निकरानं धावू लागले. पार्कर आणि त्याची माणसं त्यांच्या अगदी मागेच होती. पाठलाग सुरू झाला. जवळजवळ अर्धा तास हा पाठलाग चालू राहिला. सावरकरांना एक फ्रेंच पोलीस दिसताच ते मदतीसाठी त्याच्याकडे धावले. 'मला मॅजिस्ट्रेटकडे घेऊन चल', मोडक्यातोडक्या फ्रेंचमध्ये ते म्हणाले. त्यांना काय सांगायचं होतं ते त्या पोलिसाला समजलंच नाही. सावरकरांच्या पाठलागावर असणाऱ्या पोलिसांनी त्याचा फायदा उठवला.

ते फ्रेंचमधूनच ओरडले, 'पकड त्याला, तो चोर आहे.'

पोलिसानं सावरकरांना पकडलं. पाठलाग संपुष्टात आला. सावरकर पुन्हा एकदा पोलिसांच्या तावडीत सापडले. पोलीस त्यांना बोटीकडे फरफटतच घेऊन गेले. सावरकरांनी या प्रकाराचा निषेध केला. ते म्हणाले 'तुम्ही मला घेऊन जाऊ शकत नाही. मी फ्रेंच प्रदेशात आहे.' पण पार्करनं त्यांच्या विनंतीकडे दुर्लक्ष केलं. त्याच्या दृष्टीनं ही नियमांची दखल घ्यायची वेळ नव्हती. त्याला त्याचं कर्तव्य करणं आवश्यक होतं. त्याला भारतीय कोर्टाच्या ताब्यात सावरकरांना द्यावंच लागणार होतं. ते कर्तव्य चुकवणं त्याला शक्य नव्हतं.

मादाम कामा आणि अय्यर मार्सेलिसला थोडे उशिरा पोचले. पॅरिसहून मार्सेलिसकडे येत असताना त्यांच्या मोटारीत बिघाड निर्माण झाला होता. त्यामुळे त्यांना मार्सेलिसला पोचायला उशीर झाला. ते तिथं पोचेपर्यंत ब्रिटिश पोलिसांनी पुन्हा सावरकरांना पकडलं होतं. मादाम कामा आणि अय्यर यांनी याविरुद्ध बराच आवाज उठवला. सावरकरांना असं बेकायदा पकडण्याच्या घटनेचं वर्णन फ्रेंच वृत्तपत्रांनी 'आंतरराष्ट्रीय आचारसंहितेचा निंद्य भंग' या शब्दांत केलं. मार्सेलिसचे महापौर जॉरेस यांनी सावरकरांना पुन्हा फ्रान्सच्या ताब्यात देण्याची विनंती केली. परंतु हे सगळे प्रयत्न निष्फळ ठरले. सावरकरांना भारतात नेऊन त्यांच्यावर खटला चालवण्यात आला आणि नंतर त्यांना अंदमानच्या तुरुंगात पाठवण्यात आलं.

सावरकर जवळजवळ ब्रिटिशांच्या पकडीतून सुटलेच होते; पण दुर्दैवानं त्यांनी स्वातंत्र्यासाठी केलेलं हे साहस फसलं. तरीही त्यांचा सुटकेचा हा धाडसी प्रयत्न, भारताच्या ऐतिहासिक स्वातंत्र्यलढ्यातील एक थरारक क्षण म्हणून अजरामर होऊन राहिला आहे.

◆

(तुम्ही स्कार्लेट पिंपर्नेलची अचाट साहसं वाचली आहेत? इंग्रजी कादंबऱ्यांमधल्या अत्यंत साहसी व्यक्तिरेखांपैकी ती एक व्यक्तिरेखा. ती काल्पनिक व्यक्तिरेखा आणि आपले चंद्रशेखर आझाद यांच्यात बरंच साम्य आहे.

१९०७ मध्ये उत्तर प्रदेशातल्या एका गरीब ब्राह्मण कुटुंबात त्यांचा जन्म झाला. उपजीविकेसाठी त्यांच्या वडिलांनी उज्जैनला

आझाद माझं नाव

स्थलांतर केलं. आझाद मात्र त्यांचं संस्कृतचं अध्ययन चालू ठेवण्यासाठी वाराणसीमध्ये राहिले. त्यांची राहणी अगदी साधी असायची. ते एका झोपडीत राहत आणि एका धर्मादाय गृहात जेवत.

भारतीयांच्या दृष्टीनं ते दिवस मंतरलेले होते. लोक ब्रिटिश शासन संपवण्याच्या प्रयत्नांत होते. स्वातंत्र्याच्या घोषानं आसमंत भरून गेला होता. चंद्रशेखर वयाच्या केवळ तेराव्या वर्षीच स्वातंत्र्याच्या ध्येयाकडे ओढले गेले. स्वातंत्र्यलढ्यातल्या आव्हानानं ते थरारून गेले. हे आव्हान स्वीकारण्यासारखंच होतं.

१९२० मध्ये चंद्रशेखर यांनी स्वतंत्रता आंदोलनात उडी घेतली. तेव्हापासून ते १९३१ मध्ये मृत्यू होईपर्यंत– मृत्यूसमयी ते फक्त २४ वर्षांचे होते– त्यांनी स्वातंत्र्याच्या ध्येयाला वाहून घेतलं. त्यातल्या धोक्यांमुळे त्यांनी कधीच कच खाल्ली नाही.)

धैर्य हा त्यांचा स्थायीभावच होता. भारताची मुक्ती हे त्यांचं ध्येय होतं. त्यांनी 'हिंदुस्थान सोशालिस्ट रिपब्लिक आर्मी'ची (हिंदुस्थान समाजवादी जनतंत्र सेना) उभारणी केली आणि ते या सेनेचे सेनापती झाले. भगतसिंग, यशपाल, राजगुरू आणि बटुकेश्वर दत्त यांच्यासह अनेक तरुण या सेनेत येऊन दाखल झाले.

आझाद यांनी भगतसिंग, राजगुरू आणि सुखदेव यांच्या साथीनं लाला लजपतराय यांच्या मृत्यूचा बदला घेतला. पंजाबकेसरी म्हणून ओळखल्या जाणाऱ्या लालाजींवर एका निषेध मोर्चाचं नेतृत्व करत असताना पोलिसांच्या लाठीचे बरेच प्रहार झाले होते. हा लाठीमार प्राणघातक ठरला.

आपलं भारताच्या स्वातंत्र्याचं ध्येय साध्य करण्यासाठी आपल्याला पैसा आणि शस्त्रं लागतील, हे चंद्रशेखर यांनी ओळखलं. या दोन्ही गोष्टी सहजपणे उपलब्ध नव्हत्या. पण त्यामुळे त्यांचं धैर्य डळमळीत झालं नाही. प्रयत्नांमध्ये कोणतीही कसूर न करता धैर्यानं त्यांनी जे हवं होतं, ते मिळवलं. त्यांची सगळ्यांत धाडसी मोहीम म्हणजे लखनौपासून १२ कि. मी. वर असलेल्या काकोरी या स्टेशनपाशी एका आगगाडीवर त्यांनी चढवलेला हल्ला. या आगगाडीत खजिन्याच्या मोठ्या पेट्या होत्या.

आपण सदैव मुक्त राहू, अशी प्रतिज्ञा त्यांनी केली होती. मात्र २७ फेब्रुवारी १९३१ रोजी अलाहाबादमधल्या आल्फ्रेड पार्क इथं पोलिसांनी त्यांना घेरलं. त्या सापळ्यातून सुटका जेव्हा अशक्य झाली, तेव्हा त्यांनी स्वतःवरच पिस्तूल रोखून आत्महत्या केली. ब्रिटिशांना आझाद यांना जिवंत पकडता आलं नाही. शेवटपर्यंत ते मुक्त– 'आझाद'– राहिले.)

चंद्रशेखर त्यांचं हे नाव त्यांच्या आई-वडिलांनी ठेवलेलं होतं. त्यांनी हे नाव भगवान शंकरांवरून ठेवलेलं होतं. (भगवान शंकर आपल्या जटांवर चंद्र वागवतात, म्हणून त्यांनाही चंद्रशेखर म्हणतात.) तरीसुद्धा वयाच्या चौदाव्या वर्षी त्यांच्या नावाशी आणखी एक नाव जोडलं गेलं. ते चंद्रशेखर आझाद म्हणून ओळखले जाऊ लागले.

१९२१ मध्ये ब्रिटिश सत्तेविरुद्ध देशभर निषेध व्यक्त होत होता. सगळ्या मोठ्या गावांमध्ये आणि शहरांमध्ये स्वातंत्र्याच्या घोषणा वातावरण भेदून जात होत्या. वाराणसीतही हेच दृश्य होतं.

चंद्रशेखर द्विधा मनःस्थितीत होते. त्या वेळी त्यांचं वय अवघं तेरा वर्षांचं, पोरसवदा वय होतं. त्यांनी स्वातंत्र्यलढ्यात सहभागी व्हावं का नाही, या प्रश्नावर बराच विचार केला. कधी वाटायचं, की स्वातंत्र्यलढ्यापासून लांबच राहावं का? या मार्गात सुरक्षितता होती; पण त्यांना सुरक्षितता नकोच होती. त्यांनी स्वतःलाच बजावलं, अशी सुरक्षितता फक्त भेकडांसाठी असते. ते भेकड नव्हते.

त्यांनी गोपाळ कृष्ण गोखले, लोकमान्य टिळक, अरविंद घोष आणि गांधीजींचं साहित्य वाचलं. त्यांच्या विचारांनी ते इतके भारले गेले, की १४ वर्षांच्या कोवळ्या वयात त्यांनी स्वातंत्र्याच्या ध्येयासाठी आपलं आयुष्य समर्पित करायचं ठरवलं. शेवटी प्रत्येकाला एकदाच तर जगायचं असतं.

तो निर्णय त्यांच्या आयुष्याला वळण देणारा ठरला. वाराणसीमध्ये काँग्रेसच्या काही कार्यकर्त्यांना ते भेटले. हे कार्यकर्ते त्यांच्यापेक्षा वयानं बरेच मोठे होते. त्यामुळे त्यांनी आझाद यांच्याकडे आवश्यक त्या गंभीरपणे पाहिलं नाही. तरीसुद्धा आझाद यांचा निर्णय झालेला होता आणि त्या निर्णयाला ते ठामपणे चिकटून राहिले. सबंध गावात सभेच्या घोषणा देत भित्तिपत्रकं चिकटवणं किंवा लोकांना निषेधमोर्चाची माहिती देणं, अशी कामं ते अधूनमधून करत.

एक दिवस चंद्रशेखर एका निषेध मोर्चात सामील झाले. हा मोर्चा अहिंसक होता. घोषणा देत वाराणसीच्या रस्त्यांवरून लोक चालत जात राहिले. त्या मोर्चाच्या पुढाऱ्यांपैकी एक जण घोषणा द्यायचा 'फिरंगी वापस जाओ', की बाकीचा समुदायही त्या घोषणेचा पुनरुच्चार करायचा. 'भारत को आजादी दो-' दुसरा एक जण घोषणा द्यायचा. लगेच मोर्चातले लोकही ती घोषणा द्यायचे. 'अंग्रेजी सरकार,' चंद्रशेखरांनी घोषणा दिली. त्याबरोबर मोर्चातल्या लोकांनी घोषणा दिली, 'हाय हाय'.

हा मोर्चा मुख्य रस्त्यावरून, गल्लीबोळांमधून जात असताना आणखी लोक त्यात येऊन सामील व्हायचे. ते 'सिटी हॉल'च्या दिशेनं निघाले होते, त्याच वेळी अचानक लाठ्या आणि बंदुका परजत पोलीस धावून आले. मोर्चा अनपेक्षितपणे थांबला.

चंद्रशेखर जमावातून वाट काढत पुढे गेले. पोलिसांच्या जवळ

आल्यावर त्यांनी लोकमान्य टिळकांनी दिलेली 'आजादी हमारा जन्मसिद्ध अधिकार है' (स्वातंत्र्य आमचा जन्मसिद्ध हक्क आहे) ही घोषणा ओरडून दिली. पोलिसांनी जमावावर हल्ला चढवल्यावर तो लगेचच पांगला. थोडेच कार्यकर्ते मागे राहिले. पडेल ती किंमत देण्याची त्यांची तयारी होती. चंद्रशेखर त्यांच्यापैकी एक होते.

पोलिसांनी त्या कार्यकर्त्यांना घेरलं आणि कोर्टात नेलं. त्या कार्यकर्त्यांना एकामागून एक असं न्यायाधीशासमोर उभं करण्यात आलं. तो न्यायाधीश त्यांच्यावरचे आरोप ऐकायचा आणि मग प्रत्येक आरोपीला बचावादाखल काही सांगायचंय का, असं विचारायचा. कार्यकर्त्यांनी आपल्याला स्वातंत्र्याचा हक्क असल्याचं ठासून सांगितलं. न्यायाधीशाला त्यांच्या बचावात तथ्य वाटलं नाही. त्यामुळे त्यानं त्या कार्यकर्त्यांना कमी मुदतीची तुरुंगवासाची शिक्षा दिली.

लवकरच न्यायाधीशासमोर उभं राहण्याची चंद्रशेखर यांची पाळी आली. त्या न्यायाधीशानं एकदा त्यांच्याकडे नजर टाकली. कोर्टात हा मुलगा काय करतोय, याचं नवल त्याला वाटलं. या मुलाचा गुन्हा काय असेल, असा प्रश्न त्याला पडला. राजकीय कार्यकर्ता होण्याच्या दृष्टीनं तो फारच लहान वाटत होता.

सरकारी वकिलानं चंद्रशेखर यांच्यावरचे आरोप वाचून दाखवले. मग न्यायाधीश चंद्रशेखर यांच्याकडे वळला आणि त्यानं त्यांना विचारलं, 'तू ते आरोप ऐकलेस? त्यावर तुला काही सांगायचंय?'

चंद्रशेखर यांनी अभिमानानं मस्तक उंचावलं आणि ते आरोप मान्य केले.

"तुझं नाव काय?" न्यायाधीशानं विचारलं.

"आझाद." चंद्रशेखर उत्स्फूर्तपणे म्हणाले.

"वडिलांचं नाव?" न्यायाधीश गरजला.

"स्वातंत्र्य." चंद्रशेखर यांनी ताडकन सांगितलं.

"तू राहतोस कुठे?" न्यायाधीशानं उच्च स्वरात विचारलं.

"तुरुंगात." आझाद यांनी थोडक्यात पण ठामपणे उत्तर दिलं.

त्या न्यायाधीशाला मोठा संताप आला. त्या मुलाची उत्तरं त्याला आवडली नाहीत. त्याचं प्रत्येक उत्तर म्हणजे ब्रिटिश अधिकाऱ्यांचा उपमर्द असल्यासारखं त्याला वाटलं. चंद्रशेखर फारच धाडसी

असल्याचा निष्कर्ष त्यानं काढला. त्याला वाटलं, अशी मुलं अतिरेकी होऊ शकतात. 'समस्या वाढण्याआधीच ती दूर करावी,' हे प्राचीन वचन त्याला माहीत होतं. त्यानं नेमकं तेच करायचं ठरवलं. तो त्या मुलाला धडा शिकवणार होता. हा मुलगा पुन्हा आयुष्यभर विसरणार नाही अशी फटक्यांची शिक्षा मिळाल्यावर चंद्रशेखर स्वातंत्र्यलढ्याचे पुढचे सगळे विचार सोडून देईल, असं त्या न्यायाधीशाला खात्रीपूर्वक वाटलं.

न्यायाधीश रागानं म्हणाला, "मी तुला वेताच्या छडीच्या पंधरा फटक्यांची शिक्षा देत आहे."

ही शिक्षा भयंकर आणि क्रूर अशी होती. अशी शिक्षा क्वचितच दिली जायची आणि दिली तरी ती फक्त अट्टल गुन्हेगारांनाच दिली जात असे. हा मुलगा काही गुन्हेगार नव्हता. त्यानं केलं होतं काय, तर निषेध मोर्चात तो सहभागी झाला होता. तो काही गंभीर गुन्हा नव्हता.

न्यायाधीशाला वाटलं, आपण आपल्या अधिकारांचं उल्लंघन तर केलं नाही? आपण थोडा सौम्यपणा दाखवायला हवा होता का?

असे विचार बाजूला सारून न्यायाधीशानं हात झटकून त्याला घेऊन जायला सांगितलं. पहारेकरी चंद्रशेखरांना ओढत कोर्टाबाहेर घेऊन गेले. त्यांना बाहेर नेलं जात असतानाही ते 'वंदे मातरम्, भारतमाता की जय हो' अशा घोषणा देत राहिले.

न्यायाधीश ज्यांना दोषी ठरवायचा, त्यांच्यापैकी बहुतेकांना जिल्हा तुरुंगात नेलं जात असे. त्याला अपवाद होता चंद्रशेखर यांचा. त्यांना मध्यवर्ती तुरुंगात नेण्यात आलं. तिथं पोलिसांनी त्यांना चिडवलं, 'तू आझाद आहेस तर! तुला वाटतं, ब्रिटिशांच्या हातातून 'आजादी' आपण हिसकावून घेऊ.' चंद्रशेखरांनी त्यांना अभिमानानं सांगितलं, "हो मीच आझाद. आयुष्यभर मी 'आझाद'च राहीन."

त्या दिवशी नंतर चंद्रशेखर यांना तुरुंगातल्या मोकळ्या मैदानात नेण्यात आलं. धोतर वगळता त्यांच्या अंगावरचे सगळे कपडे काढण्यात आले. एका पहारेकऱ्यानं त्यांना फटक्यांची शिक्षा जिथं द्यायचे त्या खांबाला बांधलं. चंद्रशेखरांनी कसलीही भीती दाखवली नाही. आपला छळ करणाऱ्यांकडे त्यांनी जळजळीत नजरेनं पहिलं. त्यांचे डोळे जणू पहारेकऱ्यांना हिणवत होते आणि सांगत होते, 'तुम्हाला जेवढा माझा

छळ करता येईल तेवढा करा. तरीसुद्धा मी भारतमातेशी एकनिष्ठ राहीन. माझ्या शेवटच्या श्वासापर्यंत मी माझ्या देशाची सेवा करीन.'

पहारेकऱ्यांनी दोरखंड घट्ट बांधले. चंद्रशेखर यांच्या हाता-पायांना त्या दोरखंडाच्या गाठी बांधण्यात आल्या. तिथल्या खांबाला त्यांना घट्ट बांधण्यात आलं. इकडेतिकडे सरकायलाही तिथं जागा नव्हती.

मग आणखी एक पहारेकरी औषधी द्रव्य टाकलेल्या कापडाचा एक तुकडा घेऊन आला. त्यानं ते कापड चंद्रशेखर यांच्या पृष्ठभागावर बांधलं. मग तो परतला. या कामावर देखरेख ठेवणाऱ्या अधिकाऱ्यानं एका बलदंड माणसाला इशारा केला, तसा तो माणूस पुढे आला. त्या अधिकाऱ्यानं त्या माणसाला एक मीटरभर लांबीची वेताची जाडजूड छडी दिली.

'आता मोजणी सुरू होत आहे,' तो अधिकारी म्हणाला, तसा तो बलदंड माणूस चंद्रशेखर यांच्या पाठीवर पहिला फटका मारायला सज्ज झाला.

त्या पहिल्याच फटक्यानं तीव्र वेदना झाल्या. चंद्रशेखर यांच्या शरीरातून वेदनेची एक जळजळीत लहर पसरली. आपोआप त्यांच्या पाठीची कमान झाली. आपल्या तोंडातून वेदनेचा हुंकार बाहेर पडू नये म्हणून त्यांनी ओठ घट्ट आवळून घेतले. मग आणखी फटके .... प्रत्येक फटक्यागणीक आणखी डसणाऱ्या वेदना... तरीसुद्धा चंद्रशेखरांनी हूं का चूं ही केलं नाही. ते असेतसे नमणार नव्हते. वेदनेचा लवलेशही न दाखवता ही शिक्षा झेलण्याएवढं मोठेपण ते दाखवणार होते.

"पंधरा" तो अधिकारी मोठ्यानं म्हणाला. त्या शेवटच्या फटक्याला वेताची ती छडी सगळ्या शक्तीनिशी चंद्रशेखर यांच्या पाठीवर आदळली. मग शिक्षा संपली. दोरखंड काढण्यात आले. दोन पहारेकरी चंद्रशेखर यांना बाजूला घेऊन गेले. त्या पहारेकऱ्यांच्याही डोळ्यांत पाणी आलं होतं. असं धैर्य त्यांनी कधीच पहिलं नव्हतं. फटके चालू असताना या मुलानं एकदासुद्धा कच खाल्ली नव्हती.

आता तरी या मुलाला शहाणपण आलं असेल, असं त्या पहारेकऱ्यांना वाटलं. ते चंद्रशेखरांना तुरुंगाच्या मुख्य प्रवेशद्वारापर्यंत घेऊन गेले अणि त्यांना म्हणाले, "आता तू जाऊ शकतोस." चंद्रशेखरांनी त्यांच्याकडे पाहून क्षीणपणे स्मित केलं आणि मग सांगितलं, "मी 'आझाद' आहे. मी

नेहमीच आझाद राहीन. शेवटच्या क्षणापर्यंत माझ्या देशाच्या स्वातंत्र्यासाठी मी लढत राहीन.''

चंद्रशेखर तोल सावरत हेलकावत दूर गेले, तसे ते पोलीस त्यांच्याकडे डोळे विस्फारून कौतुकानं पाहत राहिले. त्यांच्या पाठीवरचे वळ सांगून गेले की, या तुरुंगातून पुन्हा कधी इतक्या डौलात, अभिमानानं कुणी बाहेर पडणार नाही.

◆

(भारताच्या स्वातंत्र्याला पाठिंबा देणारे काही परदेशी लोक होते. त्यांच्यापैकी काही जण तर भारतातच राहिले. ते भारतीय स्वातंत्र्यलढ्यात सहभागी झाले. बी. जी. हॉर्निमन त्यांच्यापैकीच एक होते.

ते इंग्लंडमधल्या एका वृत्तपत्रात बातमीदार म्हणून काम करत होते. भारतीय स्वातंत्र्यलढ्याचे एक अग्रणी फिरोजशाह मेहेता यांनी

शब्दचातुर्य

एक इंग्रजी वृत्तपत्र सुरू केलं. या वृत्तपत्राचं नाव होतं 'द बॉम्बे क्रॉनिकल'. मेहेतांनी हॉर्निमन ह्यांना भारतात येऊन या वृत्तपत्राचं संपादन करायचं निमंत्रण दिलं. हॉर्निमन यांनी हा प्रस्ताव स्वीकारला.

हॉर्निमन मुंबईला पोचले. आता भारतातल्या घटना जवळून पाहता येतील, असं पद त्यांना मिळालं होतं. इथं आल्यावर वसाहतवादी सत्तेचं खरं स्वरूप त्यांनी पाहिलं. ही सत्ता भ्रष्ट, कठोर, आणि लोकशाहीविरोधी होती. भारतीयांचा त्यांच्या गोष्टींच्या व्यवस्थापनात फारच थोडा सहभाग होता. त्यात सुधारणा घडवून आणण्याची बाजू घेऊन हॉर्निमन उभे राहिले. भारतीय स्वातंत्र्याचे ते समर्थक झाले. भारताच्या पिळवणुकीविरुद्ध त्यांनी आवाज उठवला. भारतातल्या ब्रिटिश शासनावर त्यांच्या चुकीच्या धोरणाबद्दल त्यांनी कडक टीका केली.

या टीकास्त्रात त्यांनी गव्हर्नर आणि व्हॉइसरॉय यांचा मुलाहिजा ठेवला नाही. सरकारने या टीकेचे परिणाम भोगावे लागतील, असा इशारा त्यांना दिला. पण हॉर्निमन यांनी या टीकेकडे दुर्लक्ष केलं.

शेवटी व्हॉइसरॉय लॉर्ड वेव्हेल यांनी त्यांना इंग्लंडला हद्दपार करण्याचा सल्ला दिला. तो भारत सरकारच्या सचिवानं स्वीकारला. हॉर्निमन यांना हद्दपार करण्यात आलं.

भारत सरकारनं सुटकेचा सुस्कारा टाकला. पण ही सुटकेची भावना अल्पजीवी ठरली; कारण त्यानंतर लगेचच हॉर्निमन भारतात परतले. ते मुंबईत पोचताक्षणीच त्यांना अटक झाली आणि कोर्टात त्यांच्यावर खटला चालवण्यात आला. पण त्यांचा बचाव तयार होता. हा बचाव अतिशय कल्पक होता. त्या बचावामुळे कोर्टाचा गोंधळ उडाला आणि या खटल्यात सरकारी बाजूला हार पत्करावी लागली. हॉर्निमन ह्यांनी भारतात राहण्याचा हक्क पुन्हा मिळवला. शेवटच्या क्षणापर्यंत ते भारताचे मित्र राहिले)

लंडन शहर थंडगार आणि गारठलेलं होतं. हॉर्निमन यांनी या थंडीपासून बचाव करण्यासाठी आपला ओव्हरकोट आणखी घट्ट केला आणि ते झपाझप फुटपाथवरून चालत राहिले.

फुटपाथच्या बाजूनं असलेल्या झाडांवर फारच थोडी पानं होती. हॉर्निमन यांना वाटलं, जणू निसर्गानं झाडावरच्या पानांनाही हद्दपारीचा हुकूम दिलाय. हिवाळा सुरू झाला, की दर वर्षी हिवाळ्याचं हे वैशिष्ट्य दिसून यायचं. सबंध हिवाळाभर पानगळ होत राहायची आणि त्यामुळे झाडं बोडकी होत. तरीसुद्धा वसंत ऋतूच्या आगमनाबरोबर पानांचं पुनरागमन व्हायचं. निसर्गानं पानांवर लादलेला हद्दपारीचा हुकूम कायमचा नव्हता.

तरीसुद्धा ब्रिटिश सरकारनं त्यांच्यावर बजावलेला हद्दपारीचा हुकूम वेगळा होता. त्यांना भारत सोडून जायला भाग पाडण्यात आलं होतं. त्यांनी पुन्हा भारतात येऊ नये, असंही त्यांना बजावलं होतं. भारतात जायची त्यांना आता कायद्यानं बंदी होती. या निर्णयानं ते फारच दुःखी झाले होते.

ज्या घटनांमुळे ते भारतातून हद्दपार झाले होते, त्या घटनांची उजळणी करताना त्यांना तो हद्दपारीचा दुर्दैवी हुकूम आठवला. मनातल्या मनात त्यांनी तो हुकूम पुन्हा उच्चारला,...'आणि सरकार परवानगी देत नाही तोपर्यंत तुम्ही पुन्हा जहाजातून वा विमानानं भारतात उतरता कामा नये.'

त्या आदेशातल्या या वाक्यावर खूप विचार करत असताना

हुकमातली एक गफलत त्यांच्या लक्षात आली. त्यांचा चेहरा आनंदानं उजळला. त्यांना वाटलं, आपणसुद्धा काय मूर्ख आहोत! यातली ती गफलत खूप आधीच आपल्या लक्षात यायला हवी होती. कसंही असो, कधीच लक्षात न येण्यापेक्षा उशिरा का होईना लक्षात येणं जास्त चांगलं, असं म्हणून त्यांनी स्वतःचं समाधान करून घेतलं. आता ते आदेशातल्या त्या गफलतीचा उपयोग करून घेऊन भारतात राहण्याचा अधिकार पुन्हा मिळवणार होते.

त्यांनी अजिबात वेळ वाया न घालवायचं ठरवलं. एक धून गुणगुणत ते एका प्रवासविषयक कामं करणाऱ्या मध्यस्थाच्या ऑफिसकडे निघाले. तिथं पोचताच त्यांनी तिथल्या क्लार्कला अभिवादन केलं आणि स्वतःची ओळख सांगितली.

"कृपया बसा साहेब. मी आपल्यासाठी काय करू शकतो?" त्या ब्रिटिश क्लार्कनं विचारलं.

"कोलंबोला जाणारं पुढचं जहाज कधी निघतंय? मला एक बर्थची जागा मिळू शकेल?"

'बघतो' म्हणत त्या क्लार्कनं नोंदवही बाहेर काढली. त्या जाडजूड वहीची पानं तो चाळत राहिला. शेवटी त्याला हवं होतं ते पानं सापडलं. तोपर्यंत झालेली तिकिटांची नोंदणी त्यानं तपासून पाहिली आणि हॉर्निमनना बर्थची जागा नक्की मिळू शकेल, असं सांगितलं. त्यासाठी पडणारं भाडंही त्यानं सांगितलं. हॉर्निमन यांनी त्यांच्या ओव्हरकोटच्या आतल्या खिशातून एक चेकबुक बाहेर काढलं. तिकिटाच्या पैशाच्या रकमेचा चेक त्यांनी दिला.

कोलंबोला जाणारं जहाज निघायला अजूनही थोडे दिवस होते. हॉर्निमन यांनी स्वतःची योजना कोणाला कळू न देण्याची दक्षता घेतली. भारतानं त्यांना मोहित करून टाकलं होतं. भारतापासून दूर राहणं त्यांना आता शक्य नव्हतं. तरीसुद्धा हॉर्निमन त्या देशात परत जाऊ शकत नव्हते. ब्रिटिश सरकारनं त्यांना हद्दपार केलं होतं. सरकार पुन्हा परवानगी देत नाही तोपर्यंत 'भारतात पुन्हा कधीही जहाजातून वा विमानातून-' न उतरण्याचा हुकूम देण्यात आला होता. तशी परवानगी मिळण्याची कसलीच चिन्हं दिसत नव्हती. त्यामुळे भारत त्यांना आता दुरावला होता.

मग भारतात राहिल्यासारखंच वाटेल अशी रहायला जाण्यासारखी कुठली जागा होती? त्या दृष्टीनं सिलोन अगदीच योग्य होता. (आता श्रीलंका देश) हॉर्निमन सिलोनला जाणार आहेत, हे फक्त त्यांच्या काही मित्रांनाच माहीत होतं. या मित्रांनी त्यांना, ते तिथे किती दिवस राहणार असं विचारलं, तेव्हा त्याचं नेमकं उत्तर देणं मात्र हॉर्निमन यांनी टाळलं. सध्या नोकरी वगैरे नसल्यामुळे आपल्याला खूप वेळ मिळेल, एवढंच त्यांनी अगदी सहजपणे सांगितलं. त्यांच्यापाशी वेळ पुष्कळ होता आणि तो अगदी त्यांच्यासाठीच असणारा असा होता. ते सिलोनच्या घनदाट जंगलांतून भ्रमंती करणार होते. तिथल्या समुद्रात पोहणार होते, सूर्योदयाला लालबुंद होणाऱ्या उसळत्या लाटा पाहणार होते, तिथल्या टेकड्यांवरच्या चहाच्या मळ्यांना भेट देणार होते आणि एकूण या बेटावरच्या देशात मजेत वेळ घालवणार होते.

हॉर्निमन यांच्या दृष्टीनं काळ फार मंद गतीनं पुढे सरकत होता. शेवटी एकदा कोलंबोला जाणाऱ्या जहाजाचा निघण्याचा दिवस आला. हॉर्निमन यांनी आपलं सामान बांधलं. एका मित्रानं त्यांना गाडीमधून बंदरापर्यंत सोडलं. त्यानं गाडी तिथल्या फुटपाथच्या कडेशी घेताच एक हमाल त्यांचं सामान परदेशी जाणाऱ्या प्रवाशांची कागदपत्रं तपासणाऱ्या टेबलापाशी घेऊन जाण्यासाठी लगबगीनं पुढे झाला. हॉर्निमन यांनी आपल्या मित्राशी हस्तांदोलन करून त्याचे आभार मानले आणि ते हमालापाठोपाठ निघाले.

आपलं सामान संबंधित ठिकाणी ताब्यात दिल्यावर ते त्या टेबलाकडे वळले. 'तुम्ही कुठे निघाला आहात?' तिथल्या अधिकाऱ्यानं हॉर्निमन यांची कागदपत्रं तपासताना त्यांना विचारलं.

"कोलंबोला," हॉर्निमन ह्यांनी सहजपणे सांगितलं.

"कारण?" त्या अधिकाऱ्यानं विचारलं.

"फक्त सुट्टी घालवण्यासाठी", हॉर्निमन ह्यांनी उत्तर दिलं.

मात्र हॉर्निमन ह्यांच्या पासपोर्टवरचा शिक्का पाहिल्यावर त्या अधिकाऱ्याचा चेहरा कठोर झाला. त्या पासपोर्टमध्ये हॉर्निमन यांना भारतात जहाजातून वा विमानातून उतरण्याची परवानगी नसल्याचा उल्लेख होता. 'माझा सल्ला ऐका साहेब. भारतापासून दूर राहा. तुम्ही

कोलंबोला निघत असल्याचा संदेश मी भारतात पाठवतोय. तुम्ही भारतात उतरलात तर तिथं तुम्हांला ताब्यात घ्यायला अधिकारी तयार असतील,'' त्यानं सांगितलं.

''मला माहिती आहे,'' हॉर्निमन हसून म्हणाले.

''छान!'' त्या अधिकाऱ्यानं पासपोर्टमधल्या रिकाम्या पानांपैकी एका पानावर प्रवासाला निघण्याच्या तारखेचा शिक्का मारला. मग तो हॉर्निमन यांच्याकडे देऊन त्यांना आत जायची खूण केली. हॉर्निमन दहा पावलंसुद्धा पुढं गेले नसतील, तोच दुसऱ्या एका अधिकाऱ्यानं त्यांचं तिकीट तपासलं आणि तो त्यांना जहाजातल्या एका आरामशीर केबिनकडे घेऊन गेला.

कोलंबोच्या प्रवासात खास काही घडलं नाही. हॉर्निमन यांनी बराचसा वेळ वाचण्यात, लिहिण्यात किंवा डेकवर आराम करण्यात घालवला. जहाज कोलंबो बंदराला लागेपर्यंत त्यांची त्वचा उन्हानं तांबूस काळसर पडली होती. परदेशातून येणाऱ्या प्रवाशांना वेगवेगळ्या खात्यांच्या अधिकाऱ्यांकडून कागदपत्रं तपासून घ्यावी लागतात. हॉर्निमन दोन-एक तासांनी त्या कामातून मोकळे झाले.

सिलोनमध्ये ते फार काळ राहिले नाहीत. त्यांनी भारताकडे जाणारी 'बोट ट्रेन' (विशिष्ट आगगाडीच्या वेळेनुसार तिच्यातील प्रवाशांची ने-आण करणारी बोट) पकडली. ती एक धोकादायक चाल होती. भारतात पोचल्यावर आपल्याला अटक होईल, हे हॉर्निमन यांना माहीत होतं. पण बिटिश अधिकारी त्यांना पुन्हा इंग्लंडला पाठवण्यात यशस्वी होतात का काय, अशी शंका त्यांना वाटत होती. अर्थात ही गोष्ट, हद्दपारीच्या हुकमातल्या शब्दरचनेशी ते कसे खेळतात, यावर अवलंबून होती.

त्यांच्या प्रवासाच्या शेवटच्या टप्प्यात ते ज्या 'मेल' आगगाडीत बसले होते, ती मुंबईतल्या 'व्हिक्टोरिया टर्मिनस' मध्ये वाफ सोडत शिरली. हॉर्निमन या गाडीतून प्लॅटफॉर्मवर उतरले नाहीत, तोच पोलिसांच्या एका पथकानं त्यांना घेरलं. एका अधिकाऱ्यानं हॉर्निमन यांचा हात घट्ट पकडला आणि त्यांच्यापुढे त्यांच्या अटकेचं वॉरंट फडकवलं. हॉर्निमननी त्याला आक्षेप घेतला; पण त्यांचं काही ऐकून घ्यायची कोणाचीच तयारी नव्हती. त्यांना पोलिसांनी अडकवून ठेवलं. सरकारनं मुंबई

न्यायाधीशांपुढे खटला दाखल केला.

प्रसारमाध्यमांनी हॉर्निमन ह्यांच्या अटकेची बातमी दिली. हॉर्निमन ह्यांना पुन्हा अटक केली जाणार की काय, असा प्रश्न लोकांना पडला. हद्दपारीच्या हुकमाचा भंग केल्याबद्दल त्यांना तुरुंगवासाची शिक्षा होईल? त्यांनी हा धोका का पत्करला? त्यांची काही व्यवस्थित आखलेली अशी एखादी योजना त्यामागे होती का? ही योजना यशस्वी होईल का? हॉर्निमन ह्यांच्या अटकेनं बरेच प्रश्न उभे राहिले होते; पण त्यांची उत्तरं कोणालाच माहीत नव्हती.

हॉर्निमन ह्यांना नियमाप्रमाणे न्यायाधीशांपुढे सादर करण्यात आलं,

'गुड् मॉर्निंग युवर ऑनर,' हॉर्निमन ह्यांनी न्यायाधीशाला अभिवादन केलं.

'कसे आहात मि. हॉर्निमन?' त्या न्यायाधीशानं उसनं स्मित करत रूक्षपणे विचारलं. मग त्यानं टिप्पणी केली– 'मि. हर्निमन, तुम्हांला इंग्लंडला हद्दपार केलं होतं आणि भारतात परत यायला कायमची बंदी केलेली होती. मग तुम्ही का आलात?'

हॉर्निमन ह्यांनी थेट न्यायाधीशाच्या नजरेला नजर भिडवली आणि विचारलं "माफ करा युवर ऑनर; पण पोलिसांनी हद्दपारीच्या हुकमाची एक प्रत सादर केली आहे का?"

"हो, अर्थातच. ती प्रत माझ्यासमोरच आहे,"न्यायाधीशांनी ठासून सांगितलं.

"तसं असेल, तर मला एक नम्र निवेदन करायचं आहे. माझ्यावर बजावलेल्या हद्दपारीच्या हुकमाचा विचार करता मुंबईला येऊन मी कोणताही गुन्हा केलेला नाही."

ते ऐकून न्यायाधीश गोंधळात पडले. त्यांना प्रश्न पडला की, हॉर्निमन एवढ्या आत्मविश्वासानं असं कसं म्हणू शकतात? हॉर्निमन यांनी त्यांच्यावर बजावलेल्या हुकमाची मूळ प्रत बाहेर काढून दाखवेपर्यंत ते थांबले. हॉर्निमन म्हणाले, "युवर ऑनर, हुकमातील हा भाग असा आहे, त्यात म्हटलंय, '... भारत सरकार परवानगी देत नाही तोपर्यत तुम्ही पुन्हा कधीही भारतात जहाजातून वा विमानातून उतरता कामा नये...' माझा मुद्दा आपल्या लक्षात आला ना?"

"नाही," न्यायाधीशांनी नकारार्थी मान हलवली.

"सर, हुकमात म्हटलंय, की मी पुन्हा कधीही भारतात 'जहाजातून वा विमानातून' उतरता कामा नये. पण मी तर तसा जहाजातून उतरलो सिलोनमध्ये! तिथून मी भारतात 'बोट-ट्रेन' मधून आलो. मग मी मुंबईत 'मेल-ट्रेन'नं पोचलो. जहाजानं वा विमानानं नव्हे. त्यामुळे मी कोणताही गुन्हा केलेला नाही. उलट, पोलिसांनीच मला बेकायदा अटक करण्याचा गुन्हा केला आहे.'' हॉर्निमन यांच्या चेहऱ्यावर हे सांगितल्यावर मोकळं हास्य झळकलं.

हॉर्निमन यांचा हा युक्तिवाद ऐकून न्यायाधीश थक्क झाले. त्यांच्या युक्तिवादात तथ्य होतं. त्यामुळे न्यायाधीशांनी हा खटला काढून घेतला. हॉर्निमन बाहेर पडले. कोर्टाच्या आवाराबाहेर लोकांचा मोठा समुदाय त्यांच्या प्रतीक्षेत थांबला होता. या समुदायानं त्यांचा जयघोष केला. त्यांना हार घालून लोक त्यांना गाडीकडे घेऊन गेले. गाडी सुरू झाल्यावर लोक गाडीमागून जात राहिले. ही मिरवणूक अगदी डोळ्यांत भरणारी होती. लोक झेंडे फडकवत होते. घरांच्या गच्च्या आणि ओसऱ्यांमधून हजारो लोकांनी ही मिरवणूक पाहिली.

त्यांनी हॉर्निमन बसले होते त्या गाडीवर पुष्पवृष्टी केली. फुलांच्या पाकळ्या इतस्ततः हवेत तरंगत राहिल्या. त्यांपैकी काही पाकळ्या हॉर्निमन ह्यांच्यावर हळुवारपणे विसावल्या. हॉर्निमन यांनी ब्रिटिश सरकारला पराभूत केलं होतं, चातुर्यपूर्ण शब्दच्छलाच्या जोरावर त्यांनी भारतात राहण्याचा हक्क ब्रिटिश सरकारकडून जणू काही हिसकावून घेतला होता!

◆

(गांधीजींना बऱ्याचदा चमकदार कल्पना अचानकपणे सुचत. एक दिवस एक विलक्षण विचार त्यांच्या मनात आला. अचानक त्यांना असं वाटलं की, त्यांचे सगळे सहकारी लोकप्रिय असले तरी पंडित जवाहरलाल नेहरू सगळ्यांत लाडके आणि कौतुकाचा विषय आहेत. खरोखरीच ते 'जवाहर' म्हणजे दुर्मिळ हिऱ्यासारखे होते.

पाठराखीण

तेव्हापासून गांधीजींनी पंडित नेहरूंवर आपल्या सगळ्या आशा एकवटल्या. पंडित नेहरूंनीही गांधीजींचा आपल्यावरचा हा विश्वास सार्थ ठरवला. पंडितजींचा दिनक्रम चैतन्यमयी असे. ते दूरवर प्रवास करत, लोकांशी बोलत आणि त्यांना स्वातंत्र्यातल्या सुखाची महती सांगत. पण त्याच वेळी, स्वातंत्र्य सहजासहजी मिळू शकत नाही, असंही ते लोकांना बजावत. ते म्हणत, स्वातंत्र्याचीही एक किंमत असते. ही किंमत लोकांना सामूहिकरीत्या चुकती करावी लागते.

पंडित नेहरूनी स्वातंत्र्यासाठी लढण्याकरिता लोकांना तयार केलं. त्यांचा बराचसा वेळ सार्वजनिक कार्यासाठी खर्ची पडायचा. ते लोकांच्या गळ्यातले ताईत झाले. तेव्हाच्या सरकारला पंडित नेहरूंच्या हालचाली धोकादायक वाटल्या आणि त्यामुळे अनेकदा त्यांना तुरुंगवासाची शिक्षा झाली. आपल्या कुटुंबाबरोबर राहायला त्यांना फारच थोडा वेळ मिळायचा. तरीही त्यांनी देशकार्य चालूच ठेवलं. बाकी सगळ्या गोष्टींपेक्षा त्यांनी देशाला जास्त महत्व दिलं.)

१५ ऑगस्ट १९४७ रोजी भारताचा 'नियतीशी करार' झाला. पंडित नेहरूंनी स्वतंत्र भारताचे पहिले पंतप्रधान म्हणून जबाबदारी स्वीकारली. त्यांच्या मनात खूप योजना होत्या. गरिबीचं उच्चाटन ही त्यांपैकी मुख्य होती. ही कामगिरी जवळजवळ अशक्य होती; तरीही पंडित नेहरूंनी आव्हान स्वीकारलं. त्यांनी देशाला योग्य मार्गावर मार्गस्थ केलं.

माणसांवर त्यांचं प्रेम होतं. मुलं त्यांना 'चाचा नेहरू' म्हणत, तर तरुण त्यांच्याकडे एक आदर्श म्हणून पाहत. सबंध जगानं गांधीजींचे सच्चे वारस म्हणून त्यांना मान्यता दिली होती; कारण ते शांती आणि विश्वबंधुत्वाच्या भाषेत बोलत.

त्यांच्या व्यक्तिमत्त्वाची मोहिनी पडली नाही अशी माणसं फारच थोडी होती. त्यांच्याबद्दल तिरस्कार व्यक्त करायला आलेलेही माघार घेऊन त्यांच्यावर कौतुकाचा वर्षाव करत. 'मित्र कसे जोडावेत', अशा विषयांवर पुस्तकं लिहिणाऱ्या डेल कार्नेजीसारख्या लेखकानंसुद्धा मित्र जोडण्याच्या कलेत पंडित नेहरूंकडून एक-दोन धडे घेतले असते, असं त्यांचं व्यक्तिमत्त्व होतं.

१९३८ मध्ये पंडित जवाहरलाल नेहरूंनी झेकोस्लोव्हाकियाला भेट द्यायचं ठरवलं. (आता या देशाची झेक आणि स्लोव्हाकिया अशा दोन देशांमध्ये विभागणी झाली आहे.) पण त्यात एक अडचण होती. त्यांना त्या देशाची भाषा येत नव्हती आणि एका दुभाष्याची गरज होती. प्रश्न असा होता, की हे काम कोण करू शकेल?

त्यासाठी पंडित नेहरूंच्या लंडनमधल्या मित्रांना विचारल्यावर या मित्रांनी इंग्लिश आणि झेक अशा दोन्ही भाषा येत असलेली एखादी व्यक्ती सुचवावी, म्हणून तिकडच्या विद्वज्जनांशी संपर्क साधला. शेवटी अशी क्षमता असलेली एक व्यक्ती त्यांनी हेरली. तिचं नाव होतं, डॉ. सिल्व्हिया.

ती एक मोहक तरुणी होती. तेव्हा ती झेकोस्लोव्हाकियातल्या प्राग विद्यापीठात काम करत असली, तरी ती लंडनच्या 'स्कूल ऑफ इकॉनॉमिक्स'ची माजी विद्यार्थिनी होती. तिनं तिचं काम पुढे प्राग विद्यापीठात चालू ठेवून डॉक्टरेट मिळवली होती.

'तिला दोन्ही भाषा उत्तम येतात. सोबत म्हणूनही ती चांगली आहे,'

असं पंडितजींच्या एका मित्रानं त्याच्या पत्रात सिल्व्हियाविषयी लिहिलेलं होतं. सिल्व्हियाच्या आयुष्यात पं. नेहरूंचा अशा रीतीनं प्रवेश झाला.

सिल्व्हियाला ही बातमी कळल्यावर ती आनंदित झाली. तिनं पं. नेहरूंविषयीची सगळी माहिती वाचून काढला– केंब्रिज विद्यापीठातले त्यांचे दिवस, त्यांची उच्चकुलीन पार्श्वभूमी, स्वातंत्र्यलढ्यातली त्यांची उडी, त्यांची प्रचंड लोकप्रियता आणि आंतराष्ट्रीय दृष्टी, असं सारं काही.

पं. नेहरू प्रागला विमानातून उतरले, तेव्हा ती विमानतळावर आलेली होती. सवयीप्रमाणे पं. नेहरू विमानाच्या दारापासचा जिना झपाझप उतरून आले. ते यांच्या वयाच्या मानानं तरुण दिसत होते आणि त्यांच्या हालचालीही पन्नाशीतल्या माणसासारख्या दिसत नव्हत्या. तारुण्याचा जोम असल्यासारखे ते टवटवीत दिसत होते.

सिल्व्हियाचे डोळे त्यांच्यावर खिळून राहिले. तिला प्रश्न पडला, 'ते खरंच पन्नाशीचे आहेत?' पं. नेहरूंची माहिती देणाऱ्या कागदपत्रांमध्ये तरी तसं म्हटलं होतं. सिल्व्हियाला प्रश्न पडला, त्यांच्या तारुण्याचं रहस्य कशात आहे? त्यांच्याकडे आपलं वय थोपवून धरणारं कोणतं जादुई अस्त्र आहे? त्यांच्यापाशी एखादं तारुण्यदायी असं रसायन आहे का?

या प्रश्नांची उत्तरं शोधून काढायला तिच्याकडे वेळ नव्हता, कारण स्वागत समितीचे अध्यक्ष पं. नेहरूंचं स्वागत करण्यासाठी आधीच पुढे सरसावले होते.

पं. नेहरूंनी आणि अध्यक्षांनी परस्परांना अभिवादन केलं. मग अध्यक्षांनी इतर उपस्थितांशी त्यांचा परिचय करून दिला.

अध्यक्ष पं. नेहरूंना म्हणाले, "ही डॉ. सिल्व्हिया, तुमची दुभाषी. तिला इंग्लिश आणि झेक अशा दोन्ही भाषा चांगल्या येतात आणि तुमच्या इथल्या संपूर्ण वास्तव्यात ती तुमच्याबरोबर राहील."

"म्हणजे तू माझ्या वतीनं बोलणार तर," पं. नेहरू सिल्व्हियाशी हस्तांदोलन करत विनोदानं म्हणाले. 'पण माझ्या तोंडी भलतेच शब्द घालू नकोस,' अशी त्यांनी तिची थट्टाही केली. त्याबरोबर मोठा हशा उसळला.

त्यानंतर सिल्व्हिया पं. नेहरूंची एक प्रकारे सावलीच होऊन गेली.

सगळीकडे ती त्यांच्याबरोबर जायची... पुढारी-विद्वानांबरोबरच्या बैठकींना आणि प्रेक्षणीय स्थळांच्या भेटींच्या वेळीही. बऱ्याचदा पं. नेहरू रस्त्यावर एखाद्या माणसाशी बोलण्यासाठी थांबायचे आणि त्यांना हा संवाद सहजपणे करता यावा म्हणून सिल्व्हिया त्यांना मदत करायची.

पं. नेहरूंच्या व्यक्तिमत्त्वामुळे सिल्व्हिया मंत्रमुग्ध झाली. त्यांच्या वागण्याबोलण्यानं त्यांनी तिला आपलंसं केलं. रोज पं. नेहरूंचे भरगच्च कार्यक्रम असले तरी सिल्व्हियाला हे काम आनंददायक वाटायचं. तिला विश्रांती घ्यायलाही क्वचितच वेळ मिळायचा.

विश्रांती मिळायची ती फक्त संध्याकाळी उशिरानं. एकदा जेवायला बाहेर जाण्यासंबंधी सिल्व्हियानं सुचवलं आणि पं. नेहरूंनीही या सूचनेला मान्यता दिली. जेवायला निघाले असताना एका बागेभोवतीच्या फुटपाथवरून ते रमतगमत चालले होते. अचानक पं. नेहरूंनी आपला चालण्याचा वेग वाढवला. त्यांचं लक्ष एवढं कुठे गेलं असेल, याचं सिल्व्हियाला नवल वाटलं; पण ती त्यांच्यामागून जात राहिली.

पं. नेहरू तडक धावत गेले, ते बागेत खेळणाऱ्या मुलांच्या एका गटाच्या दिशेनं. ते एका छोट्या मुलासमोर थांबले आणि त्यांनी त्याला गमतीनं वाकुल्या दाखवल्या. ते बघून मुलं खिदळू लागली. मग त्यांनी एका मुलीला उचललं आणि तिला घेऊन गर्रकन स्वतःभोवती एक फेरी मारली. मुलांची त्या प्रकारानं भलतीच करमणूक झाली. त्यांचं हास्य आसमंतभर झालं.

पं. नेहरू एवढे तरुण आणि उत्साही का दिसत होते, ते आता सिल्व्हियाच्या लक्षात आलं. त्यांच्यातलं मूलपण अजूनही चांगलंच जागं होतं. ते वयान मोठे झाले असले, तरी मनानं आणि वृत्तीनं तरुण होते.

दोघेही 'नार्तोंदिनी त्रायदा' या प्रागमधल्या सुप्रसिद्ध हॉटेलच्या दिशेनं निघाले. तिथला वेटर डॉ. सिल्व्हियाला ओळखत होता. तिचं स्वागत करण्यासाठी तो लगबगीनं पुढे झाला. "सुस्वागतम् डॉ. सिल्व्हिया," तो हलकेच म्हणाला.

"कसं काय? आम्हाला दोघांसाठी असलेलं एखादं टेबल देणार? जागा शांत हवी; म्हणजे व्यत्यय न येता आम्हाला बोलता येईल. अरे, मी विसरलेच, हे पं. जवाहरलाल नेहरू," ती म्हणाली.

पं. नेहरूंचं नाव कुठेतरी ओळखीचं वाटतंय असं जाणवून त्यानं त्यांच्याकडे निरखून पाहिलं. डोक्याला बराच ताण दिल्यावर त्याला आठवलं आणि तो म्हणाला, "तुम्हाला भेटून खरंच आनंद झाला. तुम्ही गांधीजींचा उजवा हात आहात. मोठ्या धैर्यानं तुम्ही भारतीय स्वातंत्र्याचा लढा लढत आहात. मी तुम्हाला सुयश चिंतितो. भारताला लवकरच स्वातंत्र्य मिळेल, अशी मला आशा वाटते."

"धन्यवाद!" पं. नेहरू म्हणाले.

त्यांचा चेहरा मोहक हास्यानं उजळला होता.

तो वेटर सिल्व्हिया आणि पं. नेहरूंना एका टेबलापाशी घेऊन गेला. त्या दोघांना बसता यावं म्हणून जागा करून देण्यासाठी त्यानं खुर्च्या मागे ओढल्या.

सिल्व्हियानं मेनू कार्ड पाहिलं. त्यातला प्रत्येक पदार्थ काय आहे, ते पं. नेहरूंना समजावून सांगितलं आणि पं. नेहरूंशी बोलून कुठले पदार्थ हवे आहेत ते वेटरला सांगितलं. वेटरनं त्या पदार्थांची नावं टिपून घेतली आणि तो निघून गेला.

सिल्व्हिया पं. नेहरूंकडे वळली. पंडितजींनी तेव्हा तिला स्वतःबद्दल आणखी माहिती द्यायचं ठरवलं. आजवरचं जीवन आणि आपलं कार्य, याबद्दल ते उत्कटपणे बोलत राहिले. सिल्व्हिया ते ऐकत होती; पण तिचं एक लक्ष दुसरीकडे कुठेतरी असल्याचं नेहरूंना जाणवलं.

"काय झालंय? तू काहीशी अलिप्त, तटस्थ दिसतेस. मी तुला दुखावलं तर नाही?" पं. नेहरूंनी तिच्याकडे काळजीच्या नजरेनं पाहिलं.

त्यांच्या त्या बोलण्यानं आपली समस्या त्यांच्यापुढे मांडायला तिला धीर आला. "काही नाही, मी किंचित काळजीत पडले आहे इतकंच. इथलं एक आघाडीचं नियतकालिक आहे, 'लिदोव्ही नोव्हिनी' म्हणून. त्यांच्या संपादकांनी मला तुमची मुलाखत घेऊन ती पाठवायला सांगितलं आहे. अडचण अशी आहे, की अजून मी कधीच मुलाखत घेतलेली नाही. या क्षेत्रातलं हे माझं पहिलंच काम आहे आणि ते मी जर नीट हाताळलं नाही, तर कदाचित हे काम शेवटचंही ठरेल." ती मध्येच बोलायची थांबली.

पं. नेहरूंच्या लक्षात आलं. त्यांनी तिचा हात हलकेच दाबला

आणि ते म्हणाले "त्यात काहीच अडचण नाही. चल, तुझ्या प्रश्नांची सरबत्ती सुरू कर."

सिल्व्हियानं तिच्या बॅगेतून एक वही आणि टोकदार पेन्सिल काढली. मग तिनं आपला पहिला प्रश्न जुळवण्याचा प्रयत्न केला. पण तिला काय बोलावं तेच सुचेना.

"सुरू कर. मला प्रश्न तर तुला विचारावेच लागतील. तू प्रश्नच विचारले नाहीस तर तुला उत्तरंही मिळणार नाहीत आणि मुलाखतही," पं नेहरू गमतीनं म्हणाले.

सिल्व्हियानं दोन-एक प्रश्न विचारले. पं. नेहरूंनी त्या प्रश्नांची उत्तरंही दिली. पण आता ती पुढचे प्रश्न विचारेल या अपेक्षेनं ते थांबून राहिले, तर ती गप्पच झाली.

कशामुळे बरं ती मध्येच थांबली असेल, अशा विचारात पं. नेहरू पडले. मग त्यांना जाणवलं की, ती काही एखादी व्यावसायिक पत्रकार नव्हती. त्याहीपेक्षा भारताविषयीचं तिचं ज्ञानही सखोल नव्हतं. मग अगदी समर्पक असे प्रश्न विचारणं तिला कसं शक्य होतं?

आपल्या पुढच्या प्रश्नासाठी ती चाचपडत असताना पं. नेहरूंनी सुचवलं, "हे बघ मुली, मीच का प्रश्न तयार करू नयेत? मला सध्याच्या आमच्या प्रश्नांशी संबंधित असे सगळे प्रश्न आहेत आणि त्यांची उत्तरंही माहीत आहेत. मी बोलत असताना तू फक्त प्रश्न आणि उत्तरं लिहून घे आणि मग मुलाखत पाठवून दे. मला खात्री आहे, तू घेतलेली मुलाखत सगळ्यांचं लक्ष वेधून घेईल."

सिल्व्हियाला पं नेहरूंकडून असा प्रस्ताव अपेक्षित नव्हता. मुलाखत अस्सल होण्याच्या दृष्टीनं हा प्रस्ताव फारच चांगला होता.

"तू अजून मला होकार दिला नाहीस," पं. नेहरू समजुतीनं म्हणाले.

"ते तर फारच छान होईल सर!" सिल्व्हिया सुटकेचा सुस्कारा टाकत म्हणाली.

"मला तुझ्यासाठी एवढं करायलाच पाहिजे. तू दिवसभर पाठराखीण होऊन एखाद्या देवतेसारखी मला मदत केलीयस. आता मी तुला मदत करेन." पं. नेहरू गालातल्या गालात हसत म्हणाले.

त्यांनी सावकाश प्रश्न तयार केले आणि त्यांची उत्तरंही दिली. भारतानं आपलं स्वातंत्र्य कसं गमावलं, ते त्यांनी स्पष्ट करून सांगितलं. हिंदू आणि मुस्लिमांमधलं जवळचं नातं तपशीलवार सांगितलं आणि भारताची समृद्ध संस्कृती आणि परंपरा या विषयावरही ते बोलले. सिल्व्हियानं ते सगळं भराभर लिहून घेतलं. फक्त जेवणासाठी ते काही वेळ थांबले. ही मुलाखत बराच वेळ चालली.

दोघे जण हॉटेलच्या बाहेर पडले, तेव्हा बराच उशीर झाला होता. पं. नेहरू ज्या हॉटेलमध्ये राहत होते तिथपर्यंत सिल्व्हिया त्यांच्याबरोबर आली. ते प्रतीक्षा कक्षापाशी थांबले, तसे पं. नेहरूंनी तिला हलकेच कुशीत घेतलं. ते म्हणाले, ‘‘धन्यवाद! माझी पाठराखीण झाल्याबद्दल आभार.’’

सिल्व्हिया कृतज्ञतेनं म्हणाली, ‘‘सर, खरं तर मीच उपकृत झाले आहे. तुम्ही माझी कामगिरी सोपी केलीत आणि पत्रकारितेतल्या माझ्या कारकिर्दीची मोठीच सुरुवात करून दिलीत. मी हे कधीच विसरणार नाही सर, कधीच नाही.’’ ती भावुकपणे म्हणली.

‘‘अगदी लहान पोरगी आहेस तू,’’ सिल्व्हियाला आणखी जवळ घेत पं. नेहरू प्रेमानं म्हणाले.

◆

(वल्लभभाई पटेल हे अहमदाबादच्या वकिलांमध्ये आघाडीचे एक वकील होते. रोज संध्याकाळी ते एका स्थनिक क्लबमध्ये आपल्या मित्रांबरोबर जमत. तिथे मित्रांबरोबर ते चालू घडामोडींवर चर्चा करायचे, पत्ते खेळायचे आणि मित्रमंडळ एकमेकांशी गमतीनं थट्टामस्करी करायचं. एक दिवस त्यांच्या गप्पा स्वातंत्र्यलढ्यावर एकवटल्या होत्या.

पोलादी धैर्य

त्या वेळी जी.व्ही. मावळंकर– पहिल्या लोकसभेचे सभापती म्हणून पुढे त्यांची निवड झाली– गांधीजींबद्दल म्हणाले, "गांधीजी दक्षिण आफ्रिकेहून परत आले आहेत. ते गोखल्यांचे राजकीय वारसदार आहेत."

त्यावर पटेल यांनी कपाळावर आठ्या घालत विचारलं, "मग त्यात काय?" त्या वेळी पटेल यांनी हा बातमीकडे फारसे लक्ष दिलं नाही, मावळंकर मात्र गांधीजींबाबत आणखी समजावून सांगत राहिलेच. पण तरीसुद्धा पटेल यांचं गांधीजींबद्दलचं कुतूहल जाग झालं नव्हतं. त्यानंतर मात्र त्यांनी गांधीजींच्या प्रत्येक कृतीचा मागोवा घेतला आणि गांधीजी खरोखरच एक प्रेषित असल्याचं त्यांना मनोमन जाणवलं. गांधीजींबरोबर काम करण्याच्या तीव्र इच्छेनं त्यांना झपाटलं अणि आपल्या सहजप्रवृत्तींना प्रमाण मानून त्यांनी आपली उत्तम चालत असलेली वकिली सोडून दिली. एक स्वातंत्र्यसैनिक म्हणून ते स्वातंत्र्यलढ्यात उतरले आणि लवकरच ते गांधीजींच्या निकटवर्ती सहकाऱ्यांपैकी एक झाले.

धैर्यशीलता हे जणू पटेलांचं दुसरं नावच होतं. अनेक प्रसंगी त्यांनी आपली ही गुणवत्ता सिद्ध केली. १९२८ मध्ये बार्डोली इथं त्यांनी ब्रिटिश सत्तेला आव्हान दिलं. पटेल यांनी बार्डोलीच्या शेतकऱ्यांमध्ये जागृती निर्माण केली, त्यांना शेतसाऱ्यातल्या जुलमी वाढीला विरोध करण्यासाठी प्रेरणा दिली. बार्डोलीच्या लढ्यात शेतकऱ्यांचा विजय झाला आणि सरकारला शेतसाऱ्यातली वाढ कमी करणं भाग पडलं. त्यामुळे गांधीजींनी पटेल यांना 'सरदार' असं संबोधून त्यांचा गौरव केला.

सरदार खंबीर आणि निश्चयी स्वभावाचे होते. त्यांचं व्यवहारज्ञान अफाट होतं. ते स्वतंत्र भारताचे पहिले गृहमंत्री झाले, तेव्हा हे व्यवहारकौशल्य त्यांच्या उपयोगी पडलं. तो काळ कसोटीचा होता. भारतीय संघराज्यात सामील न झाल्यामुळे ६०० संस्थानं तेव्हा राष्ट्रात विलीन करणं आवश्यक होतं; पण या संस्थानांचे सत्ताधीश संघराज्यात विलीन व्हायला नाखूष होते. त्यांना स्वातंत्र्याची स्वप्नं पडत होती. पटेल यांनी त्यांचं मन वळवून पाहिलं; पण जेव्हा सामोपचार अयशस्वी ठरले, तेव्हा त्यांनी या संस्थानाधिपतींना बडगा दाखवला. शेवटी हे संस्थानिक शरण आले. पटेल यांची ही सगळ्यांत मोठी कामगिरी होती.

लहानपणापासूनच ते अतिशय स्वतंत्र वृत्तीचे होते. अन्याय्य बोलणं किंवा अयोग्य वागणं त्यांना कधीच सहन झालं नाही.)

एके दिवशी सकाळची अगदी लवकरची वेळ होती. वल्लभभाई आपल्या मित्रांबरोबर शाळेत निघाले होते. हा घोळका फुटपाथवरून पुढे चालत असताना ते आपली दप्तरं झुलवत होते. त्यांची परपस्परांशी गमतीनं गुद्दागुद्दीही चाललेली होती. एकमेकांशी शिवाशीव करत, पक्ष्यांमागे धावत, शिट्ट्या वाजवत आणि मोठमोठ्यांदा आरडाओरडा करतच सगळे शाळेजवळ पोचले.

शाळा आल्यावर मात्र त्यांचा वेग वाढला. वल्लभभाई आणि त्यांचे काही वर्गमित्र लगबगीनंच वर्गाकडे गेले. वर्गात गेल्यावर त्यांनी आपली दप्तरं डेस्कवर ठेवली आणि ते झटकन स्थानापन्न झाले, तोच वर्गात शाळेच्या टोलांचे पडसाद घुमले. आता काही क्षणांतच शिक्षक येणार होते. सेकंद पुढे सरकत राहिले तसे विद्यार्थी त्यांची वाट पाहत राहिले.

शेवटी शिक्षक वर्गात आले. त्यांना दहा मिनिटं उशीर झाला होता.

वल्लभभाईंना वाईट वाटलं. त्यांना प्रश्न पडला, शिक्षक उशिरा का आले? त्यांनी वक्तशीर असायला हवं होतं; त्याऐवजी आपल्या वागण्यानं त्यांनी एक वाईट उदाहरण समोर ठेवलं होतं आणि आपल्या विद्यार्थ्यांचा अपेक्षाभंग केला होता. योग्य दंडक घालून देणं हे शिक्षकांचं कर्तव्य नसतं का?

नंतर मधल्या सुटीत वल्लभभाईंनी आपल्या वर्गमित्रांना एकत्र आणलं. त्यांनी आपल्या वर्गमित्रांना सांगितलं, "आपले शिक्षक बऱ्याचदा उशिरा येतात. हे चुकीचं आहे असं आपण त्यांना सागितलं नाही, तर ते उशिराच येत राहतील. मग आपला वेळ वाया जाईल. वेळ फार अमूल्य असतो."

"याबाबत आपण काय करू शकतो?" त्यांच्या मित्रांपैकी काही जण उसासत म्हणाले.

"मी तुम्हाला मार्ग दाखवेन. माझ्यामागून येण्याची तुमची तयारी आहे?" वल्लभभाईनी प्रश्नार्थक मुद्रेनं आपल्या मित्रांकडे पाहिलं.

"त्यामुळे आम्ही अडचणीत येणार नसलो तर...", काही मुलं पुटपुटली.

"आज अडचणींना तोंड द्यायचं टाळलं, तर नंतर त्याहून मोठ्या अडचणींना तोंड द्यावं लागतं. आपले शिक्षक असेच उशिरा येत राहिले, तर आपला अभ्यासक्रम संपणार नाही आणि वार्षिक परीक्षेत आपल्याला कमी गुण मिळतील. आपल्यापैकी काही जण तर त्यामुळे नापासही होतील..." वल्लभभाई फारच अस्वस्थ झाले होते.

इतर मुलांना त्यांचं बोलणं पटलं. वल्लभभाईंनी त्यांची योजना तपशीलवार सांगितली; पण विद्यार्थ्यांना ती आवडली नाही. वल्लभभाईंनी त्यांची खूप आर्जवं केल्यावर शेवटी त्यांना ती योजना मान्य झाली.

काही दिवसांनंतर ते शिक्षक पुन्हा उशिरा आले. मुलं उभी राहिली. पटेल धीटपणे म्हणाले, "तुम्ही उशिरा आलात सर." त्याबरोबर वर्गातल्या इतर मुलांनीही एकमुखानं वल्लभभाईंच्या वाक्याचा पुनरुच्चार केला.

शिक्षकांना आश्चर्याचा धक्काच बसला. आजपर्यंत विद्यार्थ्यांनी कधीच त्यांना सुनावलं नव्हतं. ते शिक्षक, गुरू होते. त्यांना वाटलं,

आपले विद्यार्थी, आपले शिष्य आपल्याला आपल्या कृतीचा जाब विचारतात म्हणजे काय?

ते मोठ्यांदा गरजले, "मला उशीर झाला असं तुम्ही म्हणालात?"

या प्रश्नाबरोबर वर्गात टाचणी पडली तरी आवाज ऐकू येईल, अशी शांतता पसरली. शिक्षक खेकसले, "पुन्हा म्हणा! तेच वाक्य पुन्हा म्हणून दाखवायचं धैर्य आहे कोणात?"

वल्लभभाई उभे राहिले आणि म्हणाले, "सर, तुम्ही वर्गात उशिरा आलात."

"गप्प बस," शिक्षक संतापानं लालबुंद होत म्हणाले.

"सत्याचा उच्चार करण्याचं धैर्य कोणात आहे का, असं तुम्ही विचारलंत. मी तुम्हाला आणखी एक सत्य सांगेन. उशिरा येण्याची ही तुमची पहिली वेळ नाहीये. कृपया तुम्ही वक्तशीरपणा पाळावा, अशी माझी तुम्हाला विनंती आहे." वल्लभभाईंनी उत्तर दिलं.

शिक्षक संतापले. त्यांनी संतापानं पाय जमिनीवर आपटला. त्यांचं नाक फुरफुरू लागलं, त्यांच्या डोळ्यांत जणू रक्त उतरलं. रागानं त्यांच्या तोंडून शब्द फुटेना. संतापून ते दाणदाण पावलं टाकत वल्लभभाईंच्या डेस्कपाशी आले. कपाळाला आठ्या घालून त्यांनी वल्लभभाईंकडे पाहिलं... त्यांच्या डोळ्यांतून जशा काही ठिणग्या उडत होत्या; पण वल्लभभाईंनी भीतीचं कोणतंही चिन्ह दाखवलं नाही. ना त्यांनी अंग चोरलं ना त्यांच्या डोळ्यांची पापणी लवली. ते आपल्या जागेवर अगदी ठामपणे परिणामांना तोंड द्यायच्या तयारीनं उभे राहिले.

"मूर्ख मुला, तुला छडीनं फोडूनच काढलं पाहिजे," शिक्षक उसळून म्हणाले. त्यांनी वल्लभभाईंकडे क्रुद्ध नजरेनं पाहिलं; पण वल्लभभाईंची नजर खाली झुकली नाही.

सगळा वर्ग श्वास रोखून पाहत होता, आता कोणाची आधी सरशी होईल? वल्लभभाईंची मान ताठ होती. त्यांच्या चेहऱ्यावर भीतीचं कसलंही लक्षण दिसत नव्हतं. शिक्षकांनी त्यांच्याकडे एकदा आपादमस्तक नजर टाकली. मग त्यांनी फर्मावलं, "माफी माग. तू चूक केलीयस हे कबूल कर. मी घडला प्रकार विसरून जाईन."

शिक्षकांच्या या बोलण्याबद्दलची नापसंती दर्शवणाऱ्या उपरोधिक हास्यानं वल्लभभाईंचा चेहरा उजळला. "सर, मी कोणतीही चूक केली

नाही. तुम्ही वक्तशीरपणा पाळावा, अशी आम्ही विनंती करत होतो. तुम्ही तो पाळलात, तर इथून पुढे तुम्हाला तुमच्याबद्दलच्या तक्रारी ऐकू येणार नाहीत.'' पटेल ठाम स्वरात पण नम्रपणे म्हणाले.

''तू...'' रागामुळे शिक्षकांच्या तोंडून शब्द फुटेनात. वल्लभभाई मात्र काय होतील त्या परिणामांना सामोरं जायच्या तयारीनं शांत आणि निश्चयानं उभे होते.

आपल्यापुढे नको तो प्रसंग उभा राहतोय, हे शिक्षकांनी ओळखलं. उशिरा येण्यात आपलीच चूक आहे, हे त्यांना माहिती होतं; पण मग दुसरा एक विचार त्यांच्या मनात आला – विद्यार्थ्यांनी त्यांच्यावर टीका करण्याचं धाडस दाखवलं होतं. त्यांना काय अधिकार होता? त्यांना आवरलं नसतं, तर आणखी ताप होणार होता. शिक्षक तसं काही घडू देणार नव्हते.

त्यांना मोठा प्रश्न पडला. आपला मोठेपणा आणि अधिकार पुन्हा कसा मिळवता येईल? या विरोध मोहिमेचा पुढारी कोण होता, हे त्यांना माहिती होतं. वल्लभभाईच पुढारी असल्यानं शिक्षकानं त्यांना शिक्षा करायचं ठरवलं. शिक्षक वर्गातल्या आपल्या व्यासपीठाकडे परत गेले आणि त्यांनी मुलांना खाली बसायला सांगितलं. मग त्यांनी पुढे म्हटलं, ''वल्लभ तू उभाच राहा.'' बाकीची मुलं खाली बसली. वल्लभभाई ताटकळत राहिले.

''मी पुन्हा कधीही माझ्या शिक्षकांना जाब विचारणार नाही,' हे वाक्य तू शंभर वेळा लिहून काढ आणि उद्या मला दाखव. ते तुझ्या डोक्यात शिरण्याची आवश्यकता आहे. भारतात आपली गुरू-शिष्यपरंपरा पूर्वीपासून चालत आलेली आहे. तुला ते कळायला हवं. त्यासाठी सगळ्यात उत्तम मार्ग म्हणजे मी तुला दिलेली विशेष शिक्षा पूर्ण करायची!''

त्यावर वल्लभभाईंनी एक शब्दही उच्चारला नाही त्यांच्या मौनामुळे वैतागून शिक्षकांनी शिकवणं सुरू करायचं ठरवलं.

दुसऱ्या दिवशी शिक्षक वर्गात आल्यावर विद्यार्थी आदरानं उठून उभे राहिले. त्यांनी विद्यार्थ्यांना बसण्याची खूण केली मग ते वल्लभभाईकडे वळले. ''तू तुला दिलेली शिक्षा पूर्ण केलीस?''

''नाही, सर.''

"का?"

"ही शिक्षा योग्य आहे, असं मला वाटत नाही. त्यामुळे मी ती पूर्ण करणार नाही," वल्लभभाई म्हणाले. त्यांचे वर्गमित्र चिंतेत पडले. वल्लभभाईंनी एवढा हट्टीपणा दाखवू नये, असं त्यांना वाटत होतं.

"मी तुला सागितलेलं तू करणार नाहीयेस? थांब बघतोच आता. माझी अवज्ञा करण्याबद्दल शिक्षा म्हणून तू तेच वाक्य दुप्पट वेळा लिहायचंस आणि ते लिहून मला उद्याच दाखवलं पहिजे." शिक्षकांनी वरच्या पट्टीत सांगितलं.

दुसऱ्या दिवशीही पुन्हा वल्लभभाईंनी आपली शिक्षा पूर्ण केली नव्हती. शिक्षकांनी मग ही शिक्षा दुप्पट केली. असे काही दिवस उलटले. रोज वल्लभभाई शिक्षा पूर्ण न करता यायचे आणि शिक्षकही रोज ती शिक्षा दुप्पट करायचे.

हे फार काळ चाललं नाही. शेवटी शिक्षकांनी मुख्याध्यापकांकडे वल्लभभाईंबद्दल तक्रार केली. 'त्या मुलाला माझ्याकडे घेऊन या,' मुख्याध्यापकांनी आदेश देऊन या शिक्षकांना परत वर्गाकडे पाठवलं.

मधल्या सुट्टीत शिक्षक मुख्याध्यापकांच्या कार्यालयात आले. त्यांच्यामागून वल्लभभाईही आत आले. त्यांनी मुख्याधापकांना अभिवादन केलं. मुख्याध्यापकांनी त्याचा स्वीकार केला. मग मुख्याध्यापक कडक आवाजात म्हणाले, "तुला झालंय तरी काय? माझी अशी समजूत होती की, तू एक चांगला विद्यार्थी आहेस आणि आता मी ऐकतोय ते तू शिक्षकांच्या आज्ञेचं पालन करत नाहीस म्हणून."

"मी माझं म्हणणं मांडू शकतो सर?"

"अर्थातच. म्हणून तर मी तुला इथं बोलावून घेतलं," मुख्याध्यापक म्हणाले.

शिक्षक काहीसे अस्वस्थ झाले. वल्लभभाईंची घाबरगुंडी उडेल, असं त्यांना वाटलं होतं. पण वल्लभभाईंमध्ये तर आत्मविश्वास दिसून येत होता.

"सर, गुरुजी वर्गात उशिरा आले तर चालेल?" वल्लभभाईंनी विचारलं.

"अर्थातच नाही." मुख्याध्यापकांनी उत्तर दिलं.

"ते जर एकदाच नाही, बऱ्याचदा वर्गात उशिरा आले तर त्यांनी

वेळेवर यावं, अशी विनंती विद्यार्थी त्यांना करू शकतात ना?''

'विद्यार्थ्यांना तो अधिकार आहेच.' मुख्याध्यापकांनी वल्लभभाईंच्या बोलण्याला सहमती दर्शवली. हा प्रकार आहे तरी काय, अशा विचारात ते पडले.

''सर, आमचे गुरुजी बऱ्याचदा वर्गात उशिरा येतात. आम्ही ते त्यांच्या लक्षात आणून दिलं, तर आमची टीका स्वीकारण्याचं औदार्य त्यांनी दाखवलं नाही. उलट त्यांनी मी पुढाकार घेतल्याबद्दल 'मी माझ्या शिक्षकांना कधीही जाब विचारणार नाही.' हे वाक्य मला शंभर वेळा लिहून काढायला सागितलं. मला ते अन्याय्य वाटलं, म्हणून मी ती शिक्षा पूर्ण केली नाही. तर शिक्षक रोज माझी शिक्षा दुप्पट करतायत....'' वल्लभभाई मध्येच बोलायचं थांबले. मुख्याध्यापकांनी शिक्षकांकडे कठोरपणे पाहिलं. मग वल्लभभाईंना ते म्हणाले, ''तू आता गेलास तरी चालेल.''

नंतर शिक्षक वर्गात परत आले. त्यांनी त्या शिक्षेचा पुन्हा कधी उल्लेख केला नाही. या विषयावर शांतपणे पडदा पडला आणि पुढे कधी त्याचा उच्चारही झाला नाही.

◆

(कवी राजकारणाकडे क्वचितच वळतात. ते स्वप्नांच्या जगातच राहतात. स्वप्न शब्दबद्ध करण्यासाठी ते शब्दांशी खेळतात. माधुर्य आणि संगीतमय असे यमकबद्ध शब्द... स्वप्न अशा प्रकारे शब्दबद्ध झाल्यावर या कवींच्या कल्पना, आदर्श लोकांसमोर येतात. लोकांना त्या कविता, आनंद देतात आणि ते त्या स्वप्नांमध्ये सहभागी होतात. त्यांपैकी बऱ्याच जणांकडे स्वप्न प्रत्यक्षात उतरवण्याची इच्छाशक्ती नसते. मात्र काही जण त्या काव्यानं प्रेरित होतात अणि स्वप्नं प्रत्यक्षात उतरवणं, हे मग त्यांचं ध्येयच होतं. याचाच परिणाम म्हणजे या ध्येयवादामुळे जगात त्यांचं मोठं नाव होतं.

सदैव होकारच

सरोजिनी नायडू मात्र कवयित्री असूनही राजकारणात आल्या. त्या केवळ स्वप्नाळूच नव्हत्या, तर पुढच्या काळचा वेध घेणारी स्पष्ट अशी दृष्टी असलेल्या एक कार्यकर्त्या होत्या. त्यांच्या दृष्टीनं त्यांचे आदर्श वास्तवात उतरले असते, तर हे जग आणखी चांगलं झालं असतं. पण हे काम एकट्यादुकट्याचं नसतं. या ध्येयासाठी सामूहिक सहभागाची आवश्यकता होती. त्यामुळे सरोजिनी नायडू यांना ॲनी बेझंट, गोपाळ कृष्ण गोखले. म. गांधी आणि त्यांचे निकटवर्ती सहकारी हे लोक या ध्येयासाठी काम करण्याच्या दृष्टीनं अगदी योग्य वाटले. त्या अतिशय तळमळीची राजकीय कार्यकर्ती असल्यान, त्या क्षेत्रातही त्यांनी शिखर गाठलं. १९२४ मध्ये राष्ट्रीय काँग्रेस

पक्षाच्या अध्यक्षाच्या उच्च पदावर त्या निवडून आल्या.

त्यांची भाषणं काव्यमय असत आणि त्यामुळे श्रोते मंत्रमुग्ध होऊन जात. त्यांच्या विनोदबुद्धीची जणू साथ पसरायची. त्या सगळ्या संबंधितांची थट्टा करायच्या. त्यामुळेच महात्माजींच्या दरबारातील 'दरबारी विदूषक' असं त्यांना नाव पडलं. त्यांच्या विनोदास्त्रातून कोणीही सुटायचं नाही; अगदी म. गांधीसुद्धा. त्यांना तर सरोजिनी नायडू खोडकरपणे 'मिकी माउस' म्हणायच्या.

मात्र ही विनोदबुद्धी, थट्टामस्करी यांच्याआड दडलेली होती त्यांची दुर्दम्य इच्छाशक्ती. त्यांना जे हवंसं वाटायचं, ते मिळवण्यासाठी त्या प्रयत्न करायच्या. त्यांना कधी 'नाही'– नकार – ऐकण्याची सवय नव्हती.

आयुष्य जसं असेल तशा त्याला त्या सामोऱ्या जायच्या. त्यामुळे त्या तुरुंगात असोत वा गव्हर्नरच्या प्रासादात, दोन्हीकडे सहजपणे वावरत. भारत स्वतंत्र झाल्यानंतर त्यांची प. बंगालच्या राज्यपाल म्हणून नियुक्ती झाली तेव्हा त्या म्हणाल्या, "तुम्ही जंगलातला एक पक्षी पिंजऱ्यात कोंडून ठेवत आहात."

त्या स्वतंत्र वृत्तीच्या होत्या. तरीसुद्धा त्यांच्या मनाचे धागे महात्माजींच्या व्यक्तिमत्त्वाशी घट्ट जुळलेले होते आणि त्यांनी महात्माजींना गुरू मानलेलं होतं. एकदा त्या म्हणाल्या होत्या, 'गांधी माझे 'कन्हैया' आहेत आणि मी त्यांची बासरी आहे.' त्यापैकी 'कन्हैया' ३० जानेवारी १९४८ रोजी मारेकऱ्याच्या गोळीला बळी पडले, तर 'बासरी' १ मार्च १९४९ रोजी त्यांना जाऊन मिळाली.)

१९१३ चं साल. मोहमद अली जीना लंडनमध्ये होते. तरुण आणि महत्त्वाकांक्षी जीना गोपाळ कृष्ण गोखले, दादाभाई नौरोजी आणि इतरांमुळे प्रेरित झाले होते. देशभक्तीसाठीच आपला जन्म झाला आहे, अशी त्यांची भावना होती. त्या वेळी हिंदु-मुस्लिम ऐक्यासाठी ते सर्वार्थाने काम करत होते.

तरीसुद्धा नंतर मुस्लिमांसाठी स्वतंत्र मायभूमी असावी ही त्यांची महत्त्वाकांक्षा निर्माण झाल्यावर ते आधीच्या हिंदू-मुस्लिम ऐक्याच्या ध्येयापासून दूर झाले. शेवटी ऑगस्ट १९४७ मध्ये ब्रिटिशांनी भारत सोडला, तेव्हा त्यांनी आपलं स्वप्न खरं केलं. भारताची फाळणी झाली. आणि नंतर ज्या

पद्धतीनं पाकिस्तान अस्तित्वात आलं, ती घटना म्हणजे भारताच्या इतिहासातलं एक दुःखद प्रकरण होऊन राहिलं आहे.

जीना आणि सरोजिनी नायडू हे दोघेही चांगले मित्र होते. दोघेही उत्साही नेते होते, देशभक्तीनं भारलेले होते आणि दोघांचंही ध्येय एकच होतं.

हे दोघं जण लंडनमध्ये असताना एकदा चहापानासाठी भेटले. सरोजिनींना लंडनमधल्या परिस्थितीविषयी माहिती हवी होती. त्यांनी जीनांना विचारलं, "इथं काय चाललंय?"

"आम्ही 'लंडन इंडियन असोसिएशन' ही संस्था स्थापन केलीय. आम्हाला ब्रिटनमधल्या सगळ्या भारतीयांना या संस्थेखाली एकत्र आणायचंय; पण हे बोलणं सोपं असलं, तरी करणं अवघड आहे," जीना म्हणाले. आपल्या बोलण्याचा परिणाम काय होतो, याचा अंदाज घेत ते थांबले.

"परिश्रम केले तर स्वप्नं प्रत्यक्षात उतरतातच," सरोजिनींनी किंचित स्मित करत ही नेहमीची उक्ती बोलून दाखवली. "हे तू मला सांगतीयस, ते काश्मीरमध्ये सफरचंदं घेऊन जाण्यासारखं आहे." जीना विनोदानं म्हणाले. सरोजिनी हसल्या. मग त्या म्हणाल्या, "माझे वडील इथं असायला हवे होते..."

"त्यांची आठवण आत्ता तुला कशामुळे झाली?" जीनांनी कुतूहलानं विचारलं. "ते आपल्या हसण्यानं छप्पर उडवून देऊ शकतात," सरोजिनी म्हणाल्या. त्यांचे डोळे मिस्कीलपणे चमकत होते.

"मग ते इथं नाहीत त्याबद्दल परमेश्वराचे आभारच मानले पाहिजेत. ते उडालेलं छप्पर पुन्हा खाली कोसळलं असतं, तर तो भार सहन करण्याएवढी आपली डोकी मजबूत नाहीयेत." जीनांनी सरोजिनींचा शाब्दिक हल्ला चुकवत म्हटलं. मग त्यांचा सूर गंभीर झाला. ते म्हणाले, "परिश्रम करायला मी तयार आहे; पण मला बाकीच्या लोकांच्या मदतीचीही गरज आहे... तुझ्यासारख्या लोकांची."

"भारतीयांना एकत्र आणण्याच्या कार्याला हातभार लावायला मी नेहमीच तयार असते," सरोजिनींनी ठासून सांगितलं.

"मग आमच्या संस्थेचं उद्घाटन करण्यासाठी गोपाळ कृष्ण गोखले येतील असं पाहा," जीनांनी आर्जवीपणे म्हटलं.

"ते कस्तुरीमृग मागण्यासारखं आहे." त्यांनी हळुवारपणे जीनांना गोखल्यांच्या तेव्हाच्या परिस्थितीची आठवण करून दिली.

"तीच तर काळाची गरज आहे. गोखल्यांच्या उपस्थितीनं खूपच फरक पडेल. त्यांच्या शब्दाला वजन आहे." जीनांनी आपल्या मुद्द्यांकडे सरोजिनींचं लक्ष वेधून घेतलं.

"मला कल्पना आहे, पण गोखल्यांची प्रकृती ठीक नसते. त्यांनी होकार दिला तरी डॉक्टर त्यांना मनाई करतील." सरोजिनींनी स्पष्टीकरण केलं.

"तिथंच तर तुझी मदत लागेल. तू बऱ्याचदा त्यांना भेटतेस आणि त्यांनाही तुझ्याबद्दल विशेष आपुलकी आहे. एकदा तुमच्या दोघांत झालेलं संभाषण तू मला सांगितलं होतंस, ते आठवतंय?" जीनांनी स्मित करत म्हटलं.

सरोजिनींना ते संभाषण चांगलंच आठवत होतं. तो प्रसंग त्यांचा मनश्चक्षूंसमोर उभा राहिला. त्या तेव्हा गोखल्यांना सहज भेटायला गेल्या होत्या. देशातल्या एकूण परिस्थितीबद्दल ते बोलत बसलेले असताना गोखल्यांनी अचानक त्यांना विचारलं, "भारताकडे बघण्याचा तुझा दृष्टिकोन कसा आहे?"

"आशावादी," सरोजिनीनी उत्तर दिलं. "नजीकच्या भविष्यकाळाचं चित्र तुला कसं दिसतं?" त्यांनी पुढचा प्रश्न विचारला. "पाच वर्षांच्या आत हिंदू-मुस्लिम ऐक्य," त्या आत्मविश्वासानं म्हणाल्या. त्यांच्या बोलण्यात ठामपणा जाणवत होता.

"हे बघ मुली, तू एक कवयित्री आहेस; पण तू फारच अपेक्षा ठेवतीयस. हिंदू-मुस्लिम ऐक्य माझ्या किंवा तुझ्याही हयातीत होणार नाही. पण तुझा विश्वास कायम ठेव..." गोखल्यांनी तिला काहीसं असमाधानाच्या सुरात म्हटलं.

जीनांनी सरोजिनींच्या हाताला हलकेच स्पर्श करून त्यांना त्या प्रसंगाच्या स्मृतीमधून भानावर आणलं आणि विचारलं, "आठवतंय ते संभाषण?"

"अर्थातच आठवतंय. मी ते कसं विसरेन?" सरोजिनी म्हणाल्या. त्यांचा चेहरा एका वेगळ्याच उल्हासानं उजळला होता.

"हिंदू-मुस्लिम ऐक्य बळकट करण्याची आमच्या संस्थेची योजना

आहे. ब्रिटनमधल्या भारतीयांना एकत्र आणणं सोपं आहे. त्यांच्यात बऱ्याच गोष्टी समान आहेत... समान इतिहास आणि परंपरा, संस्कृती आणि जीवनशैली, दृष्टिकोन आणि मनोवृत्ती... या गोष्टी त्यांना हव्या असतात आणि त्या इथं नसल्यानं एक हरवलेपणाची जाणीव त्यांच्यात असते. बंधुभाव आणि सहकार्याची भक्कम परंपरा उभारण्यासाठी आपल्याला त्यांच्या या हुरहुरीचा उपयोग करून घेता येईल.''

''अशा प्रकारे ही संस्था म्हणजे भारतीय संघराज्याची एक परिपूर्ण प्रतिकृती होऊ शकेल. या तुझ्या आकांक्षा आहेत तशा माझ्याही. ही संस्था स्थापन करून मी माझा वाटा उचललाय. आता तुला तुझं काम करावं लागेल. संस्थेच्या उद्घाटनासाठी तू गोपाळ कृष्ण गोखल्यांना आणलंच पाहिजेस.'' जीनांचं बोलणं गुंग होऊन सरोजिनी लक्षपूर्वक ऐकत होत्या.

''ते एवढं सोपं नसेल.'' सरोजिनीच्या कपाळावर आठ्या पसरल्या.

''मग, तू प्रयत्नसुद्धा करणार नाहीस तर?'' जीनांनी सरोजिनीदेवींना आव्हान दिलं.

सरोजिनी क्षणभर थांबल्या, पण नंतर त्या आव्हानाची त्यांना भुरळ पडली. त्यांनी जीनांना सांगून टाकलं, ''गोखले येतील, मी तसा शब्द देते.''

''असं पाहिजे,'' जीना म्हणाले. त्यांना आनंद आवरेनासा झाला.

सरोजिनी आपलं वचन विसरल्या नाहीत. १९१३ च्या मार्च महिन्यात त्यांची गोखल्यांशी भेट झाली, तेव्हा जीनांची विनंती त्यांनी गोखल्यांच्या कानावर घातली.

''मुली, मलाही येता आलं असतं तर आवडलंच असतं; पण तुला कल्पना आहे ना? माझी प्रकृती आता ढासळत चाललीय, डॉक्टरांनी मला आता आणखी ताण घेऊ नये असा सल्ला दिलाय. सॉरी! या वेळी मला तुला निराशच करावं लागेल,'' गोखले दीर्घ उसासा टाकत म्हणाले.

''पण पण...'' गोखले आपला विचार बदलतील, या अपेक्षेनं सरोजिनी बोलायच्या थांबल्या.

''आता जर नाही आणि पण नाही. डॉक्टर मला परवानगी देणार

नाहीत.'' गोखल्यांनी त्यांना समजावण्याच्या प्रयत्न केला.

"पण..." आपले प्रयत्न सोडून न देता सरोजिनींनी चालूच ठेवलं.

"मला कल्पना आहे, तू बंडखोर स्वभावाची आहेस... आणि तूही काही ठणठणीत नसतेस. तुझी तब्येत तेवढी चांगली नसताना तू स्वतः आरोग्याचे सगळे नियम झुगारून देतेस. आता तू मलाही डॉक्टरांच्या सूचनांविरुद्ध बंड करावं म्हणून भडकवतेयस.'' गोखले काहीशा चेष्टेनं म्हणाले.

"पण तुम्ही याल म्हणून जीनांना मी वचन दिलंय. मी त्यांना तसा शब्द दिलाय...''

"मला न विचारताच?'' गोखल्यांनी दटावणीच्या सुरात विचारलं.

यावर सरोजिनी गप्प राहिल्या.

"माझ्यासाठी तुला शब्द देण्याचा काय अधिकार होता?'' गोखल्यांनी कठोरपणे विचारलं.

गोखल्यांच्या या प्रश्नावर मात्र सरोजिनींपाशी उत्तर होतं. त्या एकदम आवेशानं म्हणाल्या, "अधिकार आहे... तरुण पिढीला आशेचा संदेश देण्यासाठी काहीही करून तुमचं नेतृत्व मागण्याचा अधिकार...''

सरोजिनींच्या या बोलण्यावर गोखले निरुत्तर झाले. त्यांच्या बोलण्यात तथ्य होतं. स्मितमुखानं गोखले म्हणाले, "बाळ, तू नेहमी तुझं खरं करतेस. 'नाही' म्हणून कधी कोणाचा नकार घेतच नाहीस.''

२ ऑगस्ट १९१३ रोजी सरोजिनींनी आपला शब्द खरा करून दाखवला. त्या दिवशी लंडनमधल्या 'कॅक्स्टन हॉल'मध्ये जीनांनी स्थापन केलेल्या संस्थेचं गोखल्यांनी औपचारिकरीत्या उद्घाटन केलं.

◆

(हजारो वर्षांपूर्वी अथेन्स शहरात सॉक्रेटिस नावाचा एक तत्त्वज्ञ राहायचा. त्याच्या काळाच्या तुलनेत त्याचं ज्ञान फारच पुढचं होतं. दुसऱ्या शब्दांत सांगायचं, तर तो काळाच्या पुढे जन्मलेला असा द्रष्टा माणूस होता. त्याच्या नितळ दिव्य दृष्टीला पुढच्या काळातल्या घटना स्पष्टपणे दिसत. त्याच्या काळातल्या बाकीच्या माणसांना ते शक्य नव्हतं अणि त्यामुळे बऱ्याचदा अथेन्सच्या नागरिकांबरोबर त्याचा संघर्ष होत असे.

प्रसंगावधान

चक्रवर्ती राजगोपालाचारी सॉक्रेटिससारखे होते. ते 'राजाजी' या नावानं अधिक ओळखले जात. महात्मा गांधींचे ते एक जवळचे सहकारी होते. महात्मा गांधी त्यांना 'माझ्या सद्सद्विवेकबुद्धीचा रक्षक' म्हणून संबोधत. ती राजाजींची निश्चितच मोठी प्रशंसा होती आणि ती प्रशंसा त्यांनी आत्मनिर्भर राहण्याचं धैर्य दाखवल्यानं त्यांना मिळाली होती. ते खऱ्या अर्थानं स्वतंत्र होते. 'जो आपली सत्य आणि न्याय्य बाजू मांडण्याचं धैर्य कधी दाखवत नाही, तो गुलाम असतो,' हा एका कवीचा संदेश त्यांना माहीत होता. राजाजी कोणाचेही गुलाम नव्हते; अगदी महात्माजींचेही.

त्यांनी महात्मा गांधींच्या प्रत्येक कृतीचा अभ्यास केला. त्यांची भूमिका अगदी बरोबर असल्याचं पटलं, तेव्हा राजाजींनी त्यांना पूर्ण पाठिंबा दिला; पण काही प्रसंगी त्यांचे मतभेदही झाले. अशा वेळी राजाजी

आपले विचार बोलून दाखवत; पण लोकांना त्यांच्या विचारांमागचं तर्कशास्त्र दिसत नसे. त्यामुळे काही काळ राजाजींच्या वाट्याला निंदा आणि तिरस्कार आले. पण नंतरच्या घटनांमधून त्यांचं म्हणणं बरोबर असल्याचं सिद्ध झालं, तेव्हा पुन्हा एकदा त्याच लोकांनी त्यांना मान्यता दिली.

या संदर्भात एक उदाहरण पुरेसं ठरेल. १९४० च्या दशकात सुरुवातीला राजाजींनी महात्मा गांधींना पाकिस्तानच्या मागणीला मान्यता देण्याची विनंती केली होती; पण राजाजींच्या या विनंतीचा विचार झाला नाही. त्यानंतरच्या अपमान आणि मानखंडनेच्या काळातही राजाजी एखाद्या पहाडाप्रमाणे अविचल राहिले. शेवटी इतिहासानं त्यांचं म्हणणं बरोबर होतं, हे सिद्ध केलं.

राजाजींमध्ये अनेक गुण होते. ते एक महान देशभक्त, तत्त्वज्ञ आणि विद्वानही होते. निःस्वार्थीपणाने देशसेवा करणारे ते एक राजकारणी होते आणि खोट्या अभिमानाला त्यांच्या ठायी जागा नव्हती. त्यांच्या दृष्टीनं व्यक्तीपेक्षा देश मोठा होता. त्यामुळेच भारताचे गव्हर्नर जनरल म्हणून राजाजी निवृत्त झाल्यावर पं. नेहरूंनी त्यांना आपल्या मंत्रिमंडळाचे एक सदस्य म्हणून निमंत्रित केलं, तेव्हा राजाजींनीही ते आमंत्रण लगेच स्वीकारलं. (गव्हर्नर जनरल या पदावर काम करणारे राजाजी हे पहिले आणि शेवटचेच भारतीय होते.) त्या वेळी 'मी भारताचा गव्हर्नर जनरल म्हणून राहिलोय; आता एक मंत्री म्हणून मी कसं कम करू शकेन?' असं राजाजींनी विचारलं नाही. देशाला त्यांची गरज होती आणि राजाजींच्या दृष्टीनं तेच महत्त्वाचं होतं.)

रेल्वेच्या गार्डनं शिट्टी वाजवली. ड्रायव्हरनं तो इशारा ऐकताच गाडी सुरू केली. इंजिनानं एक कर्कश्श शिट्टी देताच रुळांवरून हळूहळू पुढे सरकत चाकं फिरू लागली. मग इंजिनानं आपली सगळी शक्ती एकवटली. गाडीनं वेग घेतला आणि ती खडखडत कर्नुल रेल्वे स्टेशनच्या बाहेर पडली.

राजगोपालाचारी आपल्या सीटवर मागे टेकून बसले होते. त्यांच्या शेजारी त्यांचे मित्र वेंकटसुब्बा अय्यर बसले होते. काँग्रेसच्या एका सभेला उपस्थित राहून ते मद्रासला परतत होते.

हिरव्यागार शेतांमधून गाडी वेगानं धावत होती. तिथं शेतांमध्ये स्त्री-पुरुष आपली कामं करत होते. कोणी तण काढत होते, तर कोणी

रोपांना पाणी देत होते. शेतांच्या बाजूनं बरीच झाडी होती. वाऱ्याच्या झुळकेनं झाडं त्यांची माथी झुलवायची, तशी पानंही नाचत होती. त्याहीवर पसरलं होतं निळं आकाश. गाडीच्या बाजूनं चिमण्या उडत होत्या. एक कावळा एका झाडाच्या ढोलीतून हे सगळं निरखत होता. चिखलभरल्या वाटांवरून बैलगाड्या सावकाशपणे चाललेल्या होत्या.

राजाजी आणि अय्यर दोघेही निसर्गप्रेमी होते. ही बदलती निसर्गदृश्यं पाहत असताना राजाजी अय्यरांकडे वळले आणि म्हणाले, 'ही भारतमाता आहे, आपलं वैभव दाखवणारी.'

त्यावर मान हलवून अय्यर यांनी सहमती दर्शवली.

गाडी वेगानं धावत होती. अय्यर यांनी आपलं कोपर डब्याच्या खिडकीवर विसावलेलं होतं. त्यांचा हात खिडकीच्या गजांमधून बाहेर आलेला होता.

अचानक अय्यर ओरडले. राजाजींनी पटकन वळून पाहिलं. अय्यर मोठ्या व्याकूळपणे म्हणाले, "माझं घड्याळ माझ्या मनगटावरून निसटलं आणि खाली पडलं. माझ्या एका जवळच्या मित्रानं ते मला भेट दिलं होतं. गोल चकती असलेलं स्विस घड्याळ. ते अतिशय दुर्मिळ असं घड्याळ आहे. छे, माझ्या निष्काळजीपणामुळेच मी ते घालवून बसलो."

राजाजींनी त्यावर काही उत्तर दिलं नाही किंवा गाडीची धोक्याची साखळीही ओढली नाही. उलट, त्यांनी शांतपणे रुळांच्या एका बाजूला असलेल्या, संदेश वाहून नेणाऱ्या तारखांबाकडे पाहिलं. राजाजींनी आपल्या खिशातून एक डायरी बाहेर काढली आणि त्या डायरीत काहीतरी लिहून ठेवलं.

अय्यर अस्वस्थ होते. राजाजी आपलं सांत्वन करतील, अशी त्यांची अपेक्षा होती; पण राजाजींनी तसं काहीच केलं नाही. त्यांनी फक्त डायरीत काहीतरी लिहून घेतलं. बस् त्यांनी केलं ते तेवढंच.

तोच गाडीचा वेग मंदावला. सावकाशपणे ती प्लॅटफॉर्मच्या बाजूनं पुढे सरकली आणि एका स्टेशनात थांबली. त्याबरोबर राजाजी उठले आणि अय्यरांनी ते कुठे जातायत हे विचारायच्या आतच राजाजींनी चटकन डब्याच्या पायऱ्यांवरून प्लॅटफॉर्मवर उडी टाकली आणि ते धावतच स्टेशनमास्तरच्या ऑफिसकडे गेले.

स्टेशनमास्तरनं आपल्या पुढ्यातल्या नोंदवहीतून डोकं काढून वर

पाहिलं. तो तत्काळ उभाच राहिला. त्याच्या चेहऱ्यावर आश्चर्याचा भाव होता. "साहेब, तुम्ही राजगोपालाचारी तर नाही?"

"तुमचं बरोबर आहे," राजाजी स्मित करत म्हणाले.

"मी आपल्यासाठी काय करू शकतो, साहेब?" स्टेशनमास्तरनं विचारलं.

"माझे मित्र वेंकटसुब्बा अय्यर आणि मी मद्रासहून काँग्रेसची एक सभा आटोपून परत येत होतो. वाटेत अय्यर यांचं घड्याळ निसटलं आणि खाली पडलं, ते तुम्ही शोधून दिलंत तर बरं होईल," राजाजींनी मोकळेपणानं सांगितलं.

"साहेब, आम्हाला ते शोधणं कसं शक्य आहे? आधीचं स्टेशन आणि या स्टेशनामधलं अंतर जवळजवळ दहा मैल आहे," स्टेशनमास्तरनं सांगितलं. (त्या काळात अंतर मैलात मोजलं जायचं. त्या हिशेबानं दहा मैल म्हणजे आताचे सोळा किलोमीटर्स होतात.)

"मी तुम्हाला एक सूचना देऊ शकेन; त्यामुळे तपासाचं काम सोपं होईल." राजाजी म्हणाले.

"ती कोणती साहेब?" राजाजी काय सांगतात, या प्रतीक्षेत स्टेशनमास्तर.

"आमचा डबा टेलिग्राफच्या दोन खांबांमध्ये असताना घड्याळ खाली पडलं. मी त्या खांबांचे क्रमांक टिपून ठेवले आहेत," असं म्हणून राजाजी थांबले आणि त्यांनी आपली डायरी बाहेर काढली. ते टिपून घेतलेले टेलिग्राफच्या खांबांचे क्रमांक सापडेपर्यंत ते डायरीची पानं चाळत राहिले. त्यांनी ते क्रमांक स्टेशनमास्तरला वाचून दाखवले. स्टेशनमास्तरनंही ते पटकन लिहून घेतले.

"साहेब, मी एका माणसाला त्या दोन खांबांमधल्या जागेत कसून शोध घ्यायला पाठवून देईन. मला वाटतं, ते घड्याळ परत मिळवता येईल. तुम्ही आमचं काम सोपं केलंय. ते घड्याळ मिळालं तर आपल्याला ते लगेच पाठवून देऊ. फक्त तुमचा पत्ता आमच्याकडे देऊन ठेवा." स्टेशनमास्तर पुढे म्हणाला. राजाजींनी एका छोट्या कागदावर वेंकटसुब्बा अय्यर यांचा पत्ता लिहिला आणि तो स्टेशनमास्तरला दिला.

"लवकरच आम्ही कळवू साहेब," स्टेशनमास्तर हसत म्हणाला.

"धन्यवादा!" राजाजी आपल्या डब्याकडे घाईघाईनं जात असतानाच

मोठ्यानं म्हणाले.

इंजिनानं एक कर्कश शिट्टी देऊन प्रवाशांना चटकन गाडीत शिरून बसण्यासाठी इशारा दिला. गाडी हळूहळू पुढे चालू लागली. राजाजींनी धावतच आपल्या डब्याची दांडी पकडली आणि ते झपकन डब्यात शिरले.

अय्यर श्वास रोखून बघतच राहिले. ते राजाजींकडे बघून ओरडले, "तू कुठे गेला होतास? आणि एवढा धोका तू कशासाठी पत्करलास? आपण अजूनही तरुण आहोत असं तुला वाटतं की काय? जर ती दांडी तुला पकडता आली नसती, तर तू खालीच पडला असतास. एवढंच नाही, गाडीच्या चाकांखालीच सापडला असतास.... मग देश एका देशभक्ताला मुकला असता..."

"मी स्टेशनमास्तरला भेटायला गेलो होतो," राजाजी उत्तरले.

"कशासाठी?" अय्यरांनी विचारलं.

"तुझं घड्याळ हरवल्याची खबर द्यायला आणि ते शोधून द्यायची विनंती करायला." राजाजींनी अय्यरांना सांगितलं.

"यातून काही निष्पन्न होईल, असं मला वाटत नाही. या दोन स्टेशनांमधल्या दहा मैल अंतराचा इंच न् इंच कोण शोधत बसणार? ते घड्याळ परत मिळण्याची मला काही आशा नाही," अय्यर विषण्णपणे म्हणाले.

"मला वाटतं, तुला तुझं घड्याळ मिळेल," राजाजी आत्मविश्वासानं म्हणाले.

"हे तू एवढ्या खात्रीनं कसं सांगू शकतोस?"

"कारण हा तपास दहा यार्ड एवढ्या अंतरापुरताच मर्यादित असेल." राजाजींनी स्पष्टीकरण केलं.

"तू हे काय काहीतरी बोलतोयस?" अय्यरांनी अविश्वासानं विचारलं.

"मी तुला खरं तेच सांगतोय. घड्याळ हरवल्याचं तू मला सांगताक्षणीच मी बाजूच्या टेलिग्राफच्या खांबांवरचे क्रमांक लिहून घेतले." राजाजी मध्येच बोलायचे थांबले.

"म्हणजे...?" अय्यर यांना राजाजींचं ते बोलणं ऐकून आपला आनंद लपवता आला नाही.

"हो. मी ते तपशील स्टेशनमास्तरकडे दिले आहेत. त्या दोन खांबांमधल्या जागेचा शोध घेण्यासाठी एक माणूस पाठवण्याचं त्यानं

आश्वासन दिलंय. त्यामुळे ते घड्याळ सापडेल, असं मला वाटतं,'' राजाजी हसत म्हणाले.

''तो विचार काही माझ्या डोक्यात आला नाही. तू म्हणजे खरोखरच संकटसमयी वाचवणारा माणूस आहेस. तू भलतंच प्रसंगावधान दाखवलंस म्हणायचं.'' अय्यरांनी राजाजींवर स्तुतिसुमनांचा वर्षाव केला.

''ते घड्याळ सापडलं नाही, तरी तू या शब्दांचा पुनरुच्चार करशील?'' राजाजीनी थट्टेनं विचारलं.

''करेन म्हणजे काय करेनच!'' अय्यर म्हणाले. राजाजींचं कौतुक कुठल्या शब्दांत करावं, असं त्यांना होऊन गेलं होतं.

शेवटी गाडी मद्रासला पोचली. अय्यर आणि राजाजी गाडीतून उतरताच एक रेल्वे कर्मचारी राजाजींपाशी धावतच आला. राजाजींनी घड्याळ पडल्याची खबर ज्या स्टेशनमास्तरकडे नोंदवली होती, त्यानं पाठवलेला संदेश त्याच्यापाशी होता. त्यात म्हटलं होतं, 'घड्याळ परत मिळालंय. मी ते पोस्टानं पाठवत आहे.'

◆

(सगळ्यांनाच नावलौकिक मिळवावा, असं वाटत असतं. तरीसुद्धा फारच थोडे लोक ते शिखर गाठू शकतात. बाकीचे बाजूला पडतात; कारण हाती घेतलेल्या कार्याला ते पूर्णपणे वाहून घेत नाहीत. ऐहिक इच्छांमुळे ते पथभ्रष्ट होतात, त्यांच्या इच्छाशक्ती मावळतात आणि आत्मिक शक्ती मंद होत जातात. त्यामुळे महानता त्यांना हूल देऊन जाते.

ध्येयबद्ध

50

भगतसिंगांच्या बाबतीत मात्र असं घडलं नाही. लहानपणापासूनच त्यांच्या 'दादी'नं सांगितलेल्या गोष्टींमधले वीरपुरुष त्यांचे आदर्श होते. त्यांना वाटायचं, आपल्याला त्यांच्यासारखं शौर्य दाखवता येईल? आणि ते कसं दाखवता येईल?

भगतसिंगांच्या वडिलांनी आणि काकांनी त्यांना या प्रश्नाचं उत्तर त्यांच्या शब्दांनी अणि कृतीनं दिलं. ते सगळेच देशभक्त होते. भगतसिंगांच्या वडिलांनी बरीच वर्षं तुरुंगवास सोसला होता. त्यांचे एक काका तुरुंगातच मरण पावले होते, तर एक काका हद्दपार झाले होते.

अगदी लहान असतानासुद्धा भगतसिंग, त्यांनी ठरवलेल्या ध्येयाच्या दृष्टीनं तयारी करत होते. बालवयातले त्यांचे खेळही स्वातंत्र्यलढ्यावर आधारलेले असत. एकदा त्यांना एक रायफल सापडली. त्याबरोबर ते आपल्या वडिलांच्या शेताकडे धावले आणि त्यांनी ती रायफल

गव्हाच्या शेतात रोवली. त्यांना वाटत होतं, त्या रायफलीतूनही खूप रायफली उगवतील आणि मग देशभक्तांना ब्रिटिशांबरोबर लढण्यासाठी शस्त्रं मिळतील. अर्थात रायफली म्हणजे काही इतर वनस्पतीसारखी सजीव गोष्ट नाही, हे कळण्याचं तेव्हा त्यांचं वय नव्हतं.

आपल्या मित्रांबरोबर लहानपणी भगतसिंग पराक्रम आणि स्वार्थत्याग दाखवणारी नाटकं करायचे. त्यात ते मुख्य भूमिका करायचे. त्यातही बऱ्याचदा त्यांचा आवडता वीरपुरुष असलेल्या राणा प्रतापची भूमिका ते करायचे.

जालियनवाला बाग हत्याकांडाचा त्यांच्या मनावर खोलवर आघात झाला. तेव्हा ते बारा वर्षांचेच होते, पण त्या घटनेच्या वेदना पुढेही कायम राहिल्या. पुढच्या शिक्षणासाठी ते लाहोरला गेले, तेव्हा तर ह्या वेदना आणखी तीव्र झाल्या. तिथं त्यांनी प्रचंड वाचन केलं आणि गॅरिबाल्डी, जॉन ब्राउन, डी व्हॅलेरा यांच्या साहसी जीवनगाथांनी ते प्रेरित झाले. आपणही या वीरपुरुषांच्या पंक्तीत बसावं, असं भगतसिंगांना वाटायचं.

१७ नोव्हेंबर, १९२८ रोजी लाला लजपतराय यांचं निधन झालं आणि भगतसिंगांच्या आयुष्यानं एक महत्त्वपूर्ण वळण घेतलं. काही दिवसांपूर्वीच पोलिसांनी केलेल्या अमानुष लाठीमारामुळे लाला लजपतराय यांचा मृत्यू ओढवला होता. भगतसिंग संतापानं प्रक्षुब्ध झाले. तेव्हापासूनच ते क्रांतीच्या मार्गाकडे वळले. या मार्गावर त्यांच्याबरोबर चंद्रशेखर आझाद, राजगुरू, बटुकेश्वर दत्त आणि इतर कितीतरी क्रांतिकारी होते. भगतसिंगांनी ब्रिटिश सत्तेला आव्हान दिलं. एक दिवस स्वातंत्र्याची मागणी करणारी पत्रकं त्यांनी मध्यवर्ती कायदेमंडळाच्या सभागृहात टाकली. पुढे त्यांना अटक होऊन खटला भरण्यात आला आणि फाशीची शिक्षा देण्यात आली. त्या वेळी ते फक्त तेवीस वर्षांचे होते.)

एका सकाळी भगतसिंग अभ्यास करत असताना त्यांच्या दारावर टकटक ऐकू आली. त्यांनी वळून पहिलं तर दाराशी एक वृद्ध पोस्टमन उभा होता. भगतसिंग लगबगीनं दारापाशी गेले. त्यांनी पोस्टमनचं स्वागत केलं. आणि विचारलं, "कसे आहात? तुम्ही थकलेभागलेले दिसता. सगळं ठीक आहे ना?"

तो पोस्टमन हसून म्हणाला, ''मी अगदी छान आहे. तू कसा आहेस बाळ?'' त्यानं आपल्या हातातल्या गठ्ठ्यात अगदी वर असलेलं एक पत्र उचललं. त्या पत्रावरचा पत्ता एकदा तपासून घेऊन मग त्यानं ते पत्र भगतसिंगांना दिलं, आणि म्हणाला, ''मला आता लगेच निघायला हवं. अजून बरंच अंतर काटायचंय.'' मग काहीतरी आठवत असल्यासारखं थांबून तो पुढे म्हणाला, ''मी असा दमलाभागलेला का दिसतो म्हणून तू विचारलंस.'' त्यावर भगतसिंगांनी मान हलवली. तेव्हा त्या पोस्टमननं तिरकसपणे सांगितलं, ''पत्रं टाकण्यासाठी मी ज्या मार्गानं जातो, तो माझ्यावर सोपवलेला भाग आहे. त्यामुळे मी भागतो-दमतो.'' तो पोस्टमन मलूलपणे हसला आणि डोकं एका बाजूला झुकवून निघून गेला.

भगतसिंगांनी त्या पाकिटाच्या मागच्या बाजूला असलेला पत्ता पाहण्यासाठी ते उलटलं. अक्षर ओळखीचं होतं. ते पत्र त्यांच्या वडिलांकडून– किशनसिंग यांच्याकडून– आलेलं होतं. ते जाणवून भगतसिंगाचा चेहरा आनंदित झाला. 'आजचा दिवस सार्थकी लागला,' स्वतःशीच स्मित करत भगतसिंग पुटपुटले; कारण घरून आलेलं पत्र नेहमीच आनंददायी वाटायचं. त्यातून घरातली मंडळी, शेजारीपाजारी आणि मित्रांची ख्यालीखुशाली समजायची.

त्यांनी ब्लेडनं काळजीपूर्वक पाकिटाची एक बाजू कापली आणि ते उघडलं. मग झटकन आतले कागद बाहेर काढून ते खाली बसले आणि त्यांची घडी उलगडून पत्र वाचू लागले.

अचानक त्यांच्या चेहऱ्यावरचे हावभाव बदलले. त्यांनी ते पत्र खाली टाकलं. तोच उघड्या दारातून आलेल्या वाऱ्याच्या जोरदार झोतानं ते पत्र उडून बाजूला एका कोपऱ्यात जाऊन पडलं. भगतसिंगांनी ते उचलण्याची तसदी घेतली नाही; त्याऐवजी ते निर्विकारपणे छताकडे डोळे लावून बसले. बराच वेळ ते अशा उद्विग्न, विचारमग्न शांततेत बसून राहिले. त्यांना आलेल्या पत्रात असलेल्या बातमीनं ते अस्वस्थ झाले होते.

पुन्हा त्यांनी ते पत्र उचललं आणि वाचलं. त्यांच्या वडिलांनी त्यांच्यासाठी एक मुलगी पाहून ठेवली होती. त्यांचे एक मित्र तेजसिंग भान यांची ती मुलगी होती. भगतसिंगांच्या घरच्या मंडळींनी या

लग्नाला भगतसिंगांची संमती गृहीत धरली होती आणि त्यामुळे ते वैतागले होते.

या बातमीवर ते विचार करत असतानाच त्यांचा एक मित्र आत आला. भगतसिंगांनी त्याला त्या पत्राबद्दल आणि त्यातल्या अस्वस्थ करणाऱ्या बातमीबद्दल सांगितलं. त्यावर तो मित्र थट्टेनं म्हणाला, "अभिनंदन! मग जेवण कधी देणार?"

"ते विसर. या कारणासाठी तुला कधीच मेजवानी मिळणार नाही," भगतसिंग मध्येच त्याला थांबवत म्हणाले.

"अरे पण का? अजून लग्न करण्याएवढे आपण मोठे झालो नाही असं तुला वाटतं का? तू आता अठरा वर्षांचा आहेस. माझंच बघ, माझं लग्न झालंसुद्धा आणि आपल्या बऱ्याच मित्रांचंही. प्रत्येक गोष्टीचे दिवस असतात," आपण काहीतरी फार मुद्द्याचं बोलतोय असं वाटत असल्यासारखा तो मित्र म्हणाला.

"दिवस? आपले हे गुलामीचे दिवस आहेत, याची तुला जाणीव आहे का? भारत स्वतंत्र होईपर्यंत मी लग्न करणार नाही," भगतसिंग फटकन म्हणाले.

त्यावर मित्रानं तो विषय तिथंच थांबवला. त्यानं विषय बदलला आणि मग भगतसिंग त्या मित्राबरोबर बाहेर फिरायला गेले. या रपेटीनं भगतसिंगांना बरं वाटलं. आता त्यांचं मन निवळल्यानं चिंता वाटत नव्हती. त्यांना अगदी नेमकं उत्तर सापडलं होतं. ते आपल्या खोलीवर परतले. अजिबात वेळ न घालवता त्यांनी त्या पत्राच्या उत्तरादाखल आपलं पत्र लिहिलं आणि दुसऱ्याच दिवशी पाठवून दिलं.

काही दिवसांनी ते पत्र किशनसिंगांना मिळालं. ते पत्र हातात नाचवतच ते आपल्या आईकडे लगबगीनंच गेले. "माँ, भगतचं उत्तर आलंय," त्यांनी मोठ्यानं सांगितलं. भगतसिंगांच्या आजीनं डोक्यावर दुपट्टा घेत म्हणाली, "आपण ठरवलेल्या मुलीशी लग्न करायला होकार दिला असला म्हणजे झालं! "

'माँ, त्याच्या नकाराचा प्रश्न येतोय कुठे? तो आपल्या इच्छेविरुद्ध जाणार नाही. तो माझा मुलगा आहे." पाकिटाचं एक टोक फाडून त्यातलं पत्र बाहेर काढत भगतसिंगांचे वडील अभिमानानं म्हणाले.

त्याच वेळी त्यांची पत्नी पिठानं भरलेल्या हातानंच तिथं आली.

तिचा चेहरा आनंदानं उजळला होता. "जी, भगतचं पत्र आलंय का?" तिनं विचारलं.

त्यांनी मानेनं होकार दिला आणि ते पत्र वाचू लागले.

'ही लग्न करण्याची वेळ नाहीये. देश मला स्वातंत्र्यासाठी साद घालतोय. तन, मन, धन देशसेवेसाठी समर्पित करण्याची मी शपथ घेतलीय. आपल्याला तर हे काही नवीन नाही. आपलं कुटुंब नेहमीच देशभक्तीनं प्रेरित होत आलंय. मला अजूनही चाचा स्वर्णसिंगांचा मृत्यू आठवतो. १९१० मध्ये ते तुरुंगात वारले तेव्हा मी तीन वर्षांचा होतो. चाचा अजितसिंग तेव्हा हद्दपार झाले होते. तुम्हीही तुरुंगात होतात आणि तुमचा छळही झालाच. मी फक्त तुम्हीच सगळ्यांनी घालून दिलेल्या वाटेनं जातोय. मी तुमच्यापासून प्रेरणा घेतलीय. तेव्हा क्षमा करा. मला विवाहाच्या बंधनात अडकवू नका. माझ्या प्रयत्नांमध्ये मी यशस्वी होईन, असा आशीर्वाद मला द्या.'

ते वाचून भगतसिंगांच्या वडिलांनी पत्र चुरगाळलं आणि रागानं फेकून दिलं. त्यांच्या डोळ्यांतून संतापाच्या ठिणग्या उडू लागल्या. "माझ्या शब्दाबाहेर जायचं धाडस हा पोरगा दाखवतो म्हणजे काय?" ते मोठ्यांदा ओरडले.

भगतसिंगांची आजी अधिक समजूतदार होती. ती शांतपणे म्हणाली, "आपण भगतशी जरा शांतपणानं घेतलं पाहिजे. तो फार निग्रही स्वभावाचा आहे. पण त्याचं मन वळवून पाहू. तू डोकं शांत ठेव, बेटा. आपण नेहमी त्याच्या भल्याचा विचार करतो, हे त्याला पटवून द्यायचा तू प्रयत्न कर. मला खात्री आहे, तो आपला विचार बदलेल."

"मला काही तेवढी खात्री नाही त्याची," असं म्हणत किशनसिंग दाणदाण पावलं टाकत खोलीतून बाहेर पडले.

त्यानंतर काही दिवस त्यांनी विवाहाबाबत काहीच हालचाल केली नाही. मग त्यांचा राग निवळल्यावर त्यांना आईच्या बोलण्यात तथ्य असल्यासारखं वाटू लागलं. त्यांनी आणखी एक पत्र भगतसिंगांना लिहिलं, 'आम्ही तुझं लग्न ठरवलंय. आम्ही मुलगीही पाहिलीय. ती आणि तिचं कुटुंब आम्हाला पसंत पडलंय. तू माझ्या किंवा तुझ्या दादीच्या शब्दाबाहेर जाऊ शकणार नाहीस. म्हणून तुझं सगळं स्थिरस्थावर झालेलं बघण्याच्या आमच्या इच्छेत तू काहीतरी अडथळे

उभे करू नयेस, हे मी बजावून सांगतोय. घरी ये आणि सुखानं लग्न करून घे.'

भगतसिंगांना ते पत्र मिळालं. दादी आणि वडिलांच्या आज्ञेविरुद्ध जायच्या विचारानं ते व्यथित झाले. पण बाकी कशापेक्षाही देश महत्त्वाचा होता. त्यांचं आद्यकर्तव्य होतं ते देशसेवेचं. त्यांनी आपलं मन घट्ट केलं आणि आपलं उत्तर लिहिलं, "तुमच्या पत्रानं मला धक्काच बसला... तुम्ही दादीला होणाऱ्या दुःखाबद्दल बोलता. पण मग इथल्या तेहतीस कोटी लोकांच्या आईच्या– भारतमातेच्या– दुःखाचं काय? तिच्या अवस्थेचा विचार करा. तिच्या सेवेसाठी आपल्याला आपली आयुष्यं समर्पित करावीच लागतील.'

हे पत्र लिहितानासुद्धा भगतसिंगांना अगदी अस्वस्थ वाटत होतं. या पत्रावर आपल्या वडिलांची काय प्रतिक्रिया होईल, याचा अंदाज असल्यानं भगतसिंगांच्या मनाला त्रास झाला.

आता ते लाहोरला येतील. त्यांच्या प्रस्तावाला आपल्याला राजी करण्यासाठी त्यांच्या सगळ्या युक्त्याप्रयुक्त्या वापरतील. गोड बोलून पाहणं, आर्जवीपणानं मन वळवून पाहणं, त्यानंही झालं नाही तर आरडाओरडा, कडक भाषा, अगदी धमकावणंसुद्धा.... इथं येऊन ते नसता प्रसंग उभा करतील, असं भगतसिंगांना वाटलं. त्यांना काहीही करून ते टाळायचं होतं.

याबाबत त्यांनी आपल्या दोघा मित्रांचा विचार घेतला. "भगत, लग्न कर आणि मग तुला काय करायचंय ते कर," एकानं सल्ला दिला.

भगतसिंगांनी त्यांच्याकडे कठोर दृष्टिक्षेप टाकत म्हटलं, "तुम्ही हे एवढं बेफिकीरपणे कसं काय बोलता? मी लग्न करून कुठे दूर गेलो, तर त्या मुलीला काय वाटेल? नाही, एका मुलीच्या आयुष्याशी मी खेळणार नाही, कधीच नाही."

मित्रांनी या विषयावर चर्चा केली. त्यांनी भगतसिंगांना दूर कुठेतरी निघून जायचा सल्ला दिला. "स्वस्थ राहा. तू कुठे आहेस ते वडिलांना कळू देऊ नकोस. त्यामुळे त्यांना धक्का बसेल आणि तुझं लग्न लावायचा विचार ते सोडून देतील. काळच मग सगळ्यावर इलाज करेल." त्यांनी सांगितलं.

तेव्हा कानपूर म्हणजे क्रांतिकारी चळवळीचं मुख्य केंद्र होतं आणि तिथं भगतसिंगांचे मित्रही होते. त्यांच्याबरोबर काम करता येईल आणि देशसेवाही होईल, या विचारानं भगतसिंग आनंदित झाले.

त्यांनी मिळवता येतील तेवढे पैसे गोळा केले. कपडे आणि इतर काही गोष्टी, असं सामान बांधलं. मग बैठक मारून वडिलांना आणखी एक पत्र लिहिलं.

'नमस्ते. मी माझं आयुष्य देशसेवेसाठी समर्पित करत आहे. त्यामुळे मला घरदार आणि जीवनातल्या सुखांचा मोह नाही.

'बाबा तुम्हांला आठवतं, 'यज्ञोपविता'च्या प्रसंगी बापूजींनी, ते मला देशसेवेसाठी अर्पण करत असल्याचं सांगितलं होतं? मी फक्त त्या प्रतिज्ञेचं पालन करत आहे. तुम्ही मला क्षमा कराल, अशी आशा आहे.'

पुढे बरेच महिने भगत कुठे गेलाय, हे त्यांच्या घरच्यांना माहीत नव्हतं. मग भगतसिंगांच्या वडिलांनी, त्यांनी परत यावं म्हणून विनंती करणारी एक जाहिरात दिली. 'आम्ही तुला लग्न करण्याची सक्ती करणार नाही. दादी खूप आजारी आहे. कृपा करून परत ये.' किशनसिंगांनी व्याकूळपणे त्यात म्हटलं होतं.

त्या वेळेस मात्र भगतसिंग घरी परतले. पण ते विवाहबद्ध झाले नाहीत. अखेरच्या श्वासापर्यंत ते ध्येयबद्ध, देशाशीच एकनिष्ठ असे राहिले.

◆

(कस्तुरबांचा मोहनदास करमचंद गांधींशी विवाह झाला तेव्हा त्या अगदी लहान वयाच्या, भावुक होत्या. भावी आयुष्याबद्दलच्या त्यांच्या आशाआकांक्षा सुखी वैवाहिक जीवन, एक छान घरकुल आणि काही मुलं एवढ्यापुरत्याच मर्यादित होत्या. बस्स, एवढ्यापुरत्याच; त्याहून जास्त काही नाही.

नियम म्हणजे नियम

50

हे जोडपं दक्षिण आफ्रिकेत गेलं, तेव्हा या सगळ्या आकांक्षा बदलल्या. गांधीजींजवळ पहिल्या वर्गाचं तिकीट असूनही त्यांना आगगाडीबाहेर ढकललं गेलं. ते तेव्हा द. आफ्रिकेत असलेल्या वंशद्वेषाचे बळी ठरले. एका गोऱ्या माणसानं आपल्याला कृष्णवर्णीय माणूस सहप्रवासी म्हणून चालणार नाही, असा आग्रह धरल्यानं गांधीजींना हा अन्याय सहन करावा लागला. या संघर्षानंतर गांधीजींचं जीवन बदलून गेलं. सत्याग्रहाचं अस्त्र हाती घेऊन त्यांनी तिथल्या वंशद्वेषी राजवटीशी लढा दिला. हा लढा अहिंसा, सत्य, प्रेम आणि संपत्तीचं समान वाटप या गोष्टींवर आधारलेला होता.

सुरुवातीला कस्तुरबांना गांधीजींचं वागणं आवडत नसे. एकदा गांधीजींनी त्यांना 'तुझे दागिने देशकार्यासाठी देऊन टाक,' असं सांगितलं. कस्तुरबांनी या गोष्टीला विरोध केला; पण शेवटी गांधीजींनी त्यांचं म्हणणं खरं केलं. आणखी एका प्रसंगी कस्तुरबांनी संडास

साफ करायला नकार दिला; तर गांधीजींनी त्यांना ओढतच घराच्या फाटकापर्यंत नेलं आणि निघून जायला सांगितलं.

कस्तुरबांना आपला पती आणि त्याचं ध्येय समजून घ्यायला बराच वेळ लागला. पण हळूहळू त्याही नंतर बापूजींच्या ध्येयाकडे वळल्या. कस्तुरबांनी गांधीजींना सुख-दुःखात साथ दिली आणि त्या बापूजींच्या आयुष्याचा आधारस्तंभ झाल्या.)

खडबडीत रस्त्यावरून धुळीचा लोट उडवत गाडी चालली होती. त्यातली थोडी धूळ गाडीत शिरली. कस्तुरबा गांधींनी झटकन त्या धुळीपासून बचाव करण्यासाठी आपला पदर नाकावर ओढून घेतला. थोड्याच वेळात गाडी येरवडा तुरुंगाच्या प्रवेशाद्वारापाशी येऊन थांबली. ड्रायव्हर गाडीबाहेर आला आणि एक वळसा घेऊन त्यानं कस्तुरबांसाठी गाडीचं दार उघडलं. कस्तुरबा गाडीतून उतरल्या. ड्रायव्हरकडे पाहून त्या स्मितवदनानं म्हणाल्या, ''माझी वाट पाहत थांब इथं. मी अर्ध्या तासात परत येईन.''

हलकेच पावलं टाकत त्या प्रवेशद्वारापाशी आल्या. त्या अतिशय आनंदित झाल्या होत्या, मनानं हरखून गेल्या होत्या. नवऱ्याच्या भेटीसाठी अधीर झालेल्या लाजाळू नववधूसारखं त्यांना वाटत होतं.

गांधीजींची त्यांना फार आठवण होत होती, त्यांच्या आठवणींमध्ये त्या हरवून गेल्या होत्या. त्यांना वाटलं, आपल्यालाही ब्रिटिशांनी पकडलं असतं, तर बरं झालं असतं; म्हणजे मग गांधीजींबरोबर राहता आलं असतं, त्यांची सेवा करता आली असती, त्यांच्याकडे लक्ष देता आलं असतं. मग इथले त्यांचे दिवस सुखस्वास्थ्याचे गेले असते. त्यांचे पती गजांआड होते आणि त्या मात्र बाहेर मोकळ्या होत्या. त्यांचा संपर्क प्रासंगिक भेटींपुरताच मर्यादित होता आणि त्यासाठी अधिकाऱ्यांकडून आधी परवानगी घ्यायला लागायची.

एका पहारेकऱ्यानं दार उघडलं. जेलच्या एका वॉर्डननं कस्तुरबांचं स्वागत केलं आणि त्यांना विनयानं अभिवादन केलं. ''या बाजूनं या,'' तो म्हणाला आणि छाटलेल्या झुडपांचं कुंपण आणि फुलांच्या वाफ्यांच्या मधून गेलेल्या एका पायवाटेनं कस्तुरबांना घेऊन गेला.

''महात्मा कसे आहेत?'' वाऱ्याच्या मंद झुळकीवर डोलणारे रंगीत गुलाब कौतुकाने निरखत कस्तुरबांनी विचारलं.

"चांगले आहेत, मॅडम. मि. गांधी नेहमीच आनंदी असतात. ते आसपास असतात, तेव्हा एक क्षणही कंटाळवाणा जात नाही. ते नेहमीच काहीतरी कामात गुंतलेले असतात. मला त्यांच्याबद्दल आदर वाटतो. खरोखरच ते एक महापुरुष आहेत. मला त्यांच्यावर लक्ष ठेवायला सांगितलंय, हे मी माझं भाग्य समजतो. असं असलं, तरी मी त्यांना मुक्त करू शकत नाही. तेवढं सोडलं तर तुमच्या पतिराजांना आनंदात ठेवण्यासाठी मला शक्य आहे तेवढं मी करेन."

त्या वाटेनं कस्तुरबा एका जिन्यापाशी गेल्या. जिना चढून ते एका व्हरांड्यापाशी आले. त्यांच्या एका बाजूला भेटायला येणाऱ्यांसाठी असलेली खोली होती. वॉर्डन कस्तुरबांना त्या खोलीमध्ये घेऊन गेला. खोलीच्या मध्यभागी एक गोल टेबल होतं. टेबलाभोवती खुर्च्या ठेवलेल्या होत्या. टेबलावर एक फुलदाणी होती. तिच्यात गुलाबाचा एक सुखद, अनोख्या रंगांमुळे डौलदार दिसणारा गुच्छ ठेवलेला होता.

वॉर्डननं त्यांना बसायला सांगितलं, तेवढ्यात कस्तुरबांनी खोलीतल्या या गोष्टी नजरेनं टिपल्या. "मी एका मिनिटात मि. गांधींना घेऊन येतो," वॉर्डन म्हणाला.

कस्तुरबांचं हृदय आनंदानं धडधडत होतं. अनेक विचारांनी त्यांचं मन भरून गेलं. त्यांना आपल्या पतीबरोबरचे संघर्षाचे, अडचणीचे, आनंदाचे आणि सुखाचे क्षण आठवले. पुन्हा एकदा त्यांच्या सहवासात राहण्यातल्या थरारानं त्यांचा चेहरा उजळला. त्यांचे डोळे त्या खोलीच्या दारापलीकडे लागलेले होते. नजर ते व्हरांड्यात येताक्षणीच त्यांना निरखायला अधीर झालेली. या प्रतीक्षेला जसा अंतच नव्हता.

मग काही अंतरावर त्यांनी गांधीजींना पाहिलं. ते त्यांच्या सवयीप्रमाणे झपाझप चालत होते. धावत जाऊन त्यांच्या कुशीत विसावण्याची कस्तुरबांना तीव्र इच्छा झाली; पण त्यांनी निग्रहानं स्वतःला आवरलं. तसं वागणं शिष्टसंमत नव्हतं. पण त्यांना मनापासून वाटलं, सामाजिक संकेतांची पर्वा न करता आपल्याला मनाप्रमाणे वागता आलं असतं तर?

"बा... तू आल्यानं मला फार आनंद झालाय. सगळं ठाकठीक

असेलच.'' गांधीजींनी स्मित करत एक खुर्ची ओढली आणि ते कस्तुरबांच्या शेजारी बसले.

कस्तुरबांनी त्यांच्याकडे बारकाईनं पाहिलं आणि त्यांची प्रकृती चांगली असल्याचं जाणवून त्या सुखावल्या. मग त्यांनी गांधीजींना अगदी अलीकडच्या घडामोडींचा वृत्तान्त द्यायला सुरुवात केली. वॉर्डन एका बाजूला सरकला. तो थोडा वेळ तिथं उभा राहिला; पण त्या दोघांमधल्या संभाषणातला शब्द न् शब्द त्याला तिथून ऐकू येत होता.

वॉर्डनला त्यांच्याबद्दल वाईट वाटलं. त्याला वाटलं, गांधीजी आणि कस्तुरबांना एकांत लागेल. त्याच्यासारखा एखादा परका माणूस चोरून त्यांचं संभाषण ऐकत राहिला, तर त्यांना आपलं मन मोकळं कसं करता येईल?

व्हरांड्यात जाऊन या दोघांच्या भेटीसाठी दिलेला वेळ संपेपर्यंत थांबण्याचा वॉर्डनने विचार केला; पण तुरुंगाचे नियम स्पष्ट होते. कोणत्याही कैद्याला, त्याला भेटायला येणाऱ्या माणसाला तुरुंगातल्या एखाद्या अधिकाऱ्याच्या उपस्थितीतच भेटता यायचं; अन्यथा ते शक्य नव्हतं. गांधींना हा नियम चांगला माहीत होता आणि कस्तुरबांनाही. त्यांना वॉर्डनची उपस्थिती खटकत होती; पण त्यांनी आपलं संभाषण चालू ठेवलं.

असं असलं तरी वॉर्डनला मात्र अस्वस्थ वाटू लागलं. त्यानं मनातल्या मनात आपण गांधीजींच्या जागी आहोत, अशी कल्पना करून पाहिली. त्याला वाटलं, आपण प्रदीर्घ विरहानंतर आपल्या बायकोला भेटल्यावर कोणी आसपास असलं, तर आवडेल आपल्याला? 'छे! मी तर अशा घुसखोराला हाकलूनच देईन,' तो स्वतःशीच म्हणाला.

त्याला प्रश्न पडला, मग आपण करतोय काय? आपणही घुसखोर आहोत, नाही तर काय? आपण व्हरांड्यात थांबलो, तर काय बिघडणार आहे? गांधी एक तत्त्वनिष्ठ गृहस्थ आहेत. आपण अडचणीत येऊ असं ते काहीच करणार नाहीत. गांधी आणि कस्तुरबांना एकांतात सोडून आपण बाहेर थांबलो तर काहीच अनर्थ ओढवणार नाही, हे नक्की. वॉर्डन स्वतःशी विचार करत राहिला आणि शेवटी बाहेर जाऊ लागला.

गांधींनी त्याला तिथंच थांबून राहण्याची खूण केली. कस्तुरबांनीही त्याला थांबवण्यासाठी जोरजोरानं हात हलवला; पण त्याचं लक्ष वेधून घेण्यासाठी त्या दोघांनी केलेले प्रयत्न लक्षातच न आल्यासारखं दाखवत वॉर्डन खोलीतून बाहेर निघून गेला.

कस्तुरबांनी ओठ घट्ट मिटून घेतले. गांधींबरोबर खूप गप्पागोष्टी करण्यासाठी त्या मोठ्या आशेनं आल्या होत्या. त्यांना गांधींना खूप काही सांगायचं होतं, विचारायचं होतं आणि त्यांचा सल्लाही घ्यायचा होता. त्यांच्या भेटीसाठी ठरवून दिलेल्या मोजक्या वेळात हे सगळं जमवता येईल, असं त्यांना वाटलं होतं.

पण वॉर्डननं त्यांच्या आशा मालवून टाकल्या. तो तिथंच थांबला असता तर? मग त्यांनी संभाषण चालू ठेवलं असतं. पण त्याच्या गैरहजेरीमुळे त्या गप्प झाल्या. कस्तुरबांना नियम माहीत होते. त्यांना हेही माहीत होतं, की नियम मोडता येत असले आणि असं उल्लंघन खपूनही गेलं असतं, तरी नियमांचं पालन हे करायलाच हवं.

एक उसासा टाकून त्यांनी गांधींकडे पाहिलं. कस्तुरबांच्या चेहऱ्यावर निराशा स्पष्टपणे दिसत होती. गांधी हसले. त्यांनी हळूच आपला हात कस्तुरबांच्या हातापाशी नेला आणि प्रेमानं तो हात आपल्या हातात घेतला. त्या स्पर्शानं कस्तुरबांचं दुःख शांत झालं. पुन्हा एकदा त्या आनंदित झाल्या. या भेटीत हे जे मिळालं तेच खूप झालं, असं त्यांना वाटलं. तेवढ्यावरच समाधान मानून घ्यायचं त्यांनी ठरवलं.

कस्तुरबांना वाटलं, आपण गांधीजींबरोबर आहोत आणि तेच तर महत्त्वाचं होतं. त्यांनी आपला चेहरा वर केला. गांधींना कस्तुरबांच्या डोळ्यांत आनंद चमकताना दिसला आणि ते गालातल्या गालात हसले. त्यांनी घालून दिलेल्या दंडकाप्रमाणे कस्तुरबा राहत असल्याचं पाहून गांधींना कस्तुरबांचा अभिमान वाटला.

भेटीची वेळ संपल्यावर तो वॉर्डन परत आला. त्या दोघांमधल्या समारोपाचा भाग आपल्याला ऐकू येईल, असं त्याला वाटलं होतं; पण त्यानं पाहिलं तर दोघेही शेजारीशेजारी शांतपणे गप्प बसून राहिले होते.

"तुमची भेट चांगली झाली असेल, असं मला वाटतं," वॉर्डन म्हणाला.

"अर्थातच!" गांधी उत्तरले.

"तुम्हाला दोघांना एकमेकांशी जे बोलायचं होतं, ते सगळं बोलून झालं असेल, अशी आशा आहे."

"आम्हाला तसं करता आलं नाही. आम्ही एकमेकांशी बोललोच नाही, तुम्ही गेल्यानंतर," कस्तुरबा हळू आवाजात पण स्पष्टपणे म्हणाल्या.

"मी इथून गेलो; कारण मला वाटलं, तुम्हाला मोकळेपणानं बोलता येईल," वॉर्डननं आपली बाजू स्पष्ट केली.

"मला माहिती आहे. त्याबद्दल मलाही तुमचं कौतुक वाटतं. पण आम्हा दोघांनाही म्हणजे बाला आणि मला नियम माहिती आहेत. कोणताही कैदी भेटायला येणाऱ्या माणसाशी एखाद्या तुरुंग अधिकाऱ्याच्या उपस्थितीत बोलू शकतो. तुम्ही बाहेर पडताक्षणीच आम्ही गप्प झालो; कारण आम्हाला नियम मोडायचे नव्हते. मी कैदी असताना तर नाहीच. शेवटी मी एक सरकारी पाहुणा आहे. तुम्ही मला सक्तीनंच सरकारी पाहुणा केलंयत. प्रत्येक कैदी हा एक सरकारी पाहुणा असतो आणि पाहुणा त्याच्या यजमानानं घालून दिलेल्या नियमांच्या विरुद्ध जाऊ शकत नाही. हो की नाही?" गांधीजी गमतीनं म्हणाले.

वॉर्डनला आपण केलेल्या चुकीबद्दल वाईट वाटलं. तो म्हणाला, "माझीच चूक झाली. मी महात्माजी आणि त्यांच्या पत्नीचा मूल्यांबद्दलचा आदर समजू शकलो नाही."

"जाऊ दे, विसरा ते आता." कस्तुरबा हसत म्हणाल्या.

वॉर्डननं कस्तुरबांना थांबण्याची खूण केली. तो गांधीजीना पुन्हा त्यांच्या कोठडीत घेऊन गेला. मग तो परत आला आणि कस्तुरबांसोबत तुरुंगाच्या प्रवेशद्वाराच्या दिशेनं निघाला.

वॉर्डन त्यांच्याबरोबर अगदी गाडीपर्यंत गेला. त्यानं कस्तुरबांसाठी दार उघडलं आणि ते तसंच उघडून धरलं. वॉर्डन त्यांना मान लववून अभिवादन करत म्हणाला, "थँक्यू मॅडम! तुम्ही आणि मि. गांधींनी दाखवून दिलेलं स्वयंशासन मी कधीच विसरणं शक्य नाही.

"तुम्ही दोघेही लोकांच्या गळ्यातले ताईत का झाला आहात, ते आता माझ्या लक्षात आलं.

"तुम्ही उच्च आदर्श प्रस्थापित केले आहेत आणि ते स्वतः आचरणातही आणता.''

"हे फारच मोठं कौतुक होतंय. त्यानं हुरळून जाऊन माझं डोकंबिकं फिरायचं! तसं काही होण्याआधी मला जाऊ दे! नमस्ते!'' कस्तुरबा थट्टेनं म्हणाल्या.

गाडीच्या इंजिनाचा थरथराट सुरू झाला आणि गाडी निघाली. वॉर्डन तिथंच उभा राहून कस्तुरबा दृष्टिआड होईपर्यंत त्यांना निरोपाचा हात हलवत राहिला.

◆

(एखादं गीत देशभक्ती, लोकजागृती करू शकतं का? या प्रश्नाच्या उत्तरासाठी आपल्याला फार लांब जायला नको. त्यासाठी सुप्रसिद्ध 'वंदे मातरम् हे गीत पुरेसं आहे. या गीतानं भारताच्या आत्म्याचं पुनरुज्जीवन केलं, लोकांची सहनशक्ती बळकट केली, त्यांच्यात धैर्याची फुंकर मारली आणि एक लढाऊ शक्ती म्हणून त्यांना एकवटलं. 'वंदे मातरम्!' गीत म्हणजे जणू एक गूढ शक्ती, जणू मंतरलेला ताईत होता. त्यातल्या जादूभऱ्या मोहिनीनं भारताला ब्रिटिश सत्तेच्या जोखडातून मुक्त केलं.

वंदे मातरम्

'वंदे मातरम्' हे काव्य म्हणजे बंकिमचंद्र चटर्जींनी देशाला दिलेली अमूल्य अशी भेटच होती. त्यांचा जन्म २७ जून, १८३८ रोजी झाला. त्यांचे वडील (प. बंगालमधल्या) चोवीस परगणा जिल्ह्यातल्या कंतालपाडा या गावाचे एक श्रीमंत जमीनदार होते. बंकिमचंद्र पदवीधर झाल्यावर बंगालच्या प्रशासकीय सेवेत दाखल झाले.

तरीही ते आपली मुळं विसरले नाहीत. ती मुळं देशाच्या इतिहासात अणि संस्कृतीमध्ये खोलवर रुजलेली होती. बंकिमचंद्रांच्या दृष्टीनं 'माँ दुर्गा' म्हणजे दुष्ट शक्तीचा नाश करून धर्माचं रक्षण करणारी शक्ती होती. बंकिमचंद्र या 'आई'चे भक्त होते आणि देशाला ते या देवतेचंच एक रूप मानत.

भारत स्वतंत्र व्हायला हवा, ही त्यांची सगळ्यांत मोठी आकांक्षा

होती; पण त्यांना देशकार्याला प्रत्यक्ष हातभार लावणं कसं शक्य होतं? ते एक सरकारी नोकर असल्यानं उघडपणे स्वातंत्र्याचा संदेश देणं त्यांना शक्य नव्हतं. पण मग, लेखणीची ताकद तलवारीपेक्षाही जास्त असते, ही उक्ती त्यांना आठवली अणि स्वातंत्र्याच्या ध्येयासाठी त्यांनी आपलं साधन म्हणून लेखणीची निवड केली.

त्यांनी इंग्लिशमधून कादंबऱ्या लिहायला सुरुवात केली आणि मग ते बंगालीकडे वळले. १८७५ मध्ये, त्यांची सर्जनशीलता अत्युच्च शिखरावर पोचलेली असताना त्यांनी 'वंदे मातरम्' या गीताचे शब्द गुंफले. त्यानंतर काही वर्षांनी 'आनंदमठ' या आपल्या कादंबरीत एका व्यक्तिरेखेच्या माध्यमातून हे गीत त्यांनी लोकांसमोर आणलं. हे गीत अतिशय लोकप्रिय झालं. 'वंदे मातरम्' हे गीत १८१६ मध्ये भरलेल्या काँग्रेसच्या अधिवेशनात पहिल्यांदा गायलं गेलं. रवींद्रनाथ टागोर यांनी ते सादर केलं होतं. भारत स्वतंत्र झाल्यावर टागोरांच्या 'जन-गण-मन' या गीताची निवड राष्ट्रगीत म्हणून झाली, तर 'वंदे मातरम्' या गीताचा 'राष्ट्रीय गीत' म्हणून गौरव करण्यात आला.)

बंकिमचंद्र खुलना इथं डेप्युटी मॅजिस्ट्रेट म्हणून काम करत होते. त्याच वेळी तिथं राहणारा मोरेल नावाचा एक इंग्लिश माणूस कायद्याची पर्वा न करता मनमानी कारभार करायचा. तो शेतकऱ्यांवर अत्याचार करून, धाकदपटशा दाखवून, त्यांना शेतात निळीची लागवड करायला भाग पाडायचा. काही शेतकऱ्यांनी त्याला विरोध केला, तेव्हा मोरेलनं त्यांच्यावर हल्ला चढवून त्या शेतकऱ्यांची घरं पेटवून दिली आणि काहींना गोळीबार करून ठार मारलं.

बंकिमचंद्रांना या अत्याचाराचा सुगावा लागला आणि त्याबरोबर ते हात धुऊन मोरेलच्या मागे लागले. मोरेलला वाटलं, या तरुण भारतीय डेप्युटी मॅजिस्ट्रेटला विकत घेता येईल. तसं त्यानं सुचवूनही पाहिलं; पण त्याला वाटाण्याच्या अक्षताच मिळाल्या. शेवटी आपल्या पुढ्यात वाढून ठेवलेला धोका त्याच्या लक्षात आला आणि फाशीच्या भयानं तो तिथून जीव घेऊन पळाला. त्याच्याबद्दल शेवटचं काही ऐकू आलं ते एवढंच. ही बातमी वणव्यासारखी पसरली. एक मित्र बंकिमना कौतुकानं म्हणाला, "तू मोरेलला वाचवायला नकार दिलास आणि तो बदमाष

जीव घेऊन पळाला. तो जंगलातून निसटला का कुठल्या प्राण्याच्या भक्ष्यस्थानी पडला कोणास ठाऊक!''

''मोरेलसारखे लोक एवढे कसे धजावतात, याचा तू कधी विचार केलायस?'' बंकिमचंद्रांनी विचारलं.

''तुला माहितीच आहे ते, भारत म्हणजे ब्रिटिशांची एक वसाहत आहे... इंग्लिश माणूस इथं कायदे करतो; पण ते तो त्याला हवे तसे मोडतो. इंग्लिश माणूस आपण कायद्यापेक्षा मोठे असल्यासारखा वागतो. बऱ्याचदा त्यातून तो सहीसलामत सुटतो; कारण भारतावर ब्रिटनची सत्ता आहे. भारत स्वतंत्र होत नाही तोपर्यंत आपल्याला हे सहन करत राहावं लागेल. आपल्याला केवळ दुय्यम नागरिकत्वच मिळेल.'' त्या मित्रानं स्पष्टीकरण केलं.

''माझंही तेच मत आहे.'' बंकिमचंद्रांनी मानेनंच मान्यता दर्शवत मित्राच्या मताशी सहमती दाखवली.

ते बऱ्याचदा विचार करायचे- ही परिस्थिती सुधारण्यासाठी आपल्याला काय करता येईल? आपल्या पदाचा राजीनामा देऊन स्वातंत्र्यलढ्यात उडी घ्यावी का?

तो विचार त्यांनी सोडून दिला. त्यांच्या नोकरीमुळे मोरेलसारख्या लोकांचा पिच्छा पुरवण्याची आणि सामान्य माणसाचं भलं करण्याची त्यांना संधी मिळत होती. बंकिमचंद्रांना प्रश्न पडला, मग आपल्याला स्वातंत्र्याच्या ध्येयाकरिता कशा प्रकारे सेवा करता येईल? त्यांनी त्याबाबत निर्णय घ्यायचा प्रयत्न केला तेव्हा एक गोष्ट त्यांच्या लक्षात आली आणि ती म्हणजे विचार नेहमीच मुक्त असतात. मनावर किंवा कल्पनाशक्तीवर कुठलंही बंधन असू शकत नाही.

त्याआधीच त्यांनी इंग्लिशमध्ये 'राजमोहन्स वाइफ' आणि 'द ॲडव्हेंचर्स ऑफ ए यंग हिंदू' या दोन कादंबऱ्या लिहिलेल्या होत्या. या कादंबऱ्या म्हणजे त्यांचे लेखनातले पहिले प्रयोग होते आणि एक कथाकार म्हणून आपलं कौशल्य वाढवण्यासाठी त्यांना त्यांचा उपयोग झाला होता.

पण मग त्यांना वाटलं, आपण इंग्लिशमध्ये का लिहितोय? इंग्लिश साहित्यात उत्कृष्ट कादंबऱ्यांचा समृद्ध संग्रह होता. बंगाली साहित्यात मात्र त्यांचा अभाव होता. बंगाली साहित्य समृद्ध करण्याची

गरज होती. त्यामुळे बंकिमचंद्रांनी बंगालीत लेखन करून ही उणीव दूर करायचं ठरवलं. लवकरच त्यांनी आवश्यक ते भाषाकौशल्य मिळवलं आणि त्यांच्या विचारांचा ओघ सहजपणे प्रकट होऊ लागला.

१८७५ मध्ये कशीबशी त्यांनी काही दिवसांची रजा मिळवली आणि घरी जाण्यासाठी ते आगगाडीत बसले. प्रथम श्रेणीच्या डब्यातल्या आपल्या जागेवर ते मागे टेकून आरामात बसले होते. त्यांचं चित्त स्वस्थ, आनंदी होतं, तर मनही अगदी शांत होतं. त्यांचे विचार मात्र इतस्ततः धावत होते. ब्रिटिश प्रशासनाच्या चक्रातले ते केवळ एक भाग असले, तरी वेगळया पद्धतीनं ते आपल्या हातांतली सत्ता सामान्य माणसाला मदत करण्यासाठी वापरत होते.

ते मनाशीच म्हणाले, 'बिटिश सत्ता काही चिरकाल टिकणार नाही. १८५७ सालच्या स्वातंत्र्ययुद्धात भारतीय पराभूत झाले असले आणि पुन्हा तसा प्रयत्न करण्यासारखी योग्य परिस्थिती अजून तयार झालेली नसली, तरी तशी वेळ लवकरच येणार आहे. या वेळी मात्र हार पत्करावी लागणार नाही.'

बंकिमचंद्रांचा विश्वास वस्तुस्थितीवर आधारलेला होता. सत्ताधीश ब्रिटिशांनी महत्त्वाचे बदल घडवून आणले होते. संपर्कव्यवस्था आणि प्रशासन बळकट करणं, हे त्यामागचे हेतू होते. टेलिग्राफच्या तारांचं जाळं टाकण्यात येत होतं. त्यानंतर सरकारला कारकुनांची गरज असल्यानं शाळांमध्ये इंग्रजीचं शिक्षण सुरू करण्यात आलं होतं.

इंग्लिश भाषेमुळे भाषिक अडथळे दूर झाले होते. अधिक चांगल्या संपर्कव्यवस्थेमुळे भारताच्या सगळ्या भागांतल्या लोकांना एकमेकांना अधिक चांगल्या पद्धतीनं जाणून घेता येत होतं. अशा प्रकारे, ज्या बदलांच्या साधनांमुळे ब्रिटिशांना भारतातली सत्ता टिकवून ठेवता येईल असं वाटत होतं, त्याच साधनांचा प्रत्यक्षात भारतीयांना एकत्र येण्यासाठी उपयोग झाला.

बंकिमचंद्रांना परकीय सत्तेचा शेवट काळाआधीच दिसत होता. स्वातंत्र्याची पहिली झुळूक वातावरणात दिसत होती. ती फार जोरदार नसली, तरी होती नक्कीच. त्या झुळुकीच्या जादूचा परिणाम हळूहळू पण खात्रीपूर्वक होत होता.

विशाल कुरणं आणि विस्तीर्ण हिरव्या शेतांमधून गाडी धावत होती.

ते निसर्गदृश्य खरोखरच अत्यंत आल्हादक होतं. तोच कुठल्याशा गूढ शक्तीमुळे समाधी लागल्यासारखं त्यांचं स्थळकाळाचं भान हरपलं.

अतिशय दुर्लभ असं अंतर्ज्ञान करून देणाऱ्या विचारांमध्ये बंकिमचंद्र हरवून गेले. त्यांच्या मनश्चक्षूंसमोर भारतमातेचं रूपांतर दुर्गादेवीमध्ये झालं. पाठोपाठ ही दोन्ही रूपं एकमेकांत मिसळली... स्थिर शाश्वत...

बंकिमचंद्र हरखून गेले. त्यांच्या मनातून बेभान मुक्त शब्द उसळले आणि त्या शब्दप्रवाहानं त्यांना भारून टाकलं. ते शब्द कुठल्याशा अदृश्य शक्तीचा आदेश यावा तसे आपापली जागा शोधून तिथं चपखल बसले; अगदी प्रशिक्षित सैनिकांनी संचलनाच्या मैदानावर आपापली जागा घ्यावी तसं. आपल्या आपणच जन्माला आल्यासारख्या त्या स्वयंस्फूर्त कवितेच्या परिपूर्णतेनं बंकिम चकित झाले.

वंदे मातरम्

सुजलाम् सुफलाम्

मलयज शीतलाम्

सस्यशामलाम्

वंदे मातरम्

हे शब्द ते मनातल्या मनात घोळवत राहिले. ही कविता सहजपणे तोंडात बसेल अशी होती. तिच्यातली लयबद्धता अतिशय ताकदवान होती. संदेशाच्या दृष्टीनंही ही कविता सखोल होती, तर तिचा आशय स्फूर्तिप्रद होता. बंकिमचंद्रांना वाटलं, ही कविता नक्कीच लोकांना स्वातंत्र्यातल्या आनंदाचं भान देईल.

पण तरीसुद्धा हे गीत विशाल जनसमूहापर्यंत कसं पोचवता येईल, याची कल्पना बंकिमचंद्रांना नव्हती. पण ते करावं लागणारचं होतं; कारण या कवितेत लोकांच्या स्वतंत्र होण्याच्या इच्छेचा आविष्कार झालेला होता.

त्यांनी ती कविता आपल्या काही मित्रांना दाखवली. बंकिमचंद्रांनी अतिशय सुंदर कविता लिहिलीय, असं म्हणत त्या मित्रांनी त्यांचं कौतुक केलं; पण त्या कवितेतल्या शब्दांच्या सौंदर्यापलीकडचं त्यांना काही जाणवलं नाही आणि ते बंकिमचंद्रांना या कवितेतून नेमकं काय म्हणायचंय, ते समजून घेऊ शकले नाहीत.

"एखाद्या मासिकात प्रसिद्ध कर." एक मित्र म्हणाला.

“ ‘बंगालीदर्शन’ मासिकात देऊन बघ. ते सगळ्यांत लोकप्रिय मासिक आहे.” दुसऱ्या एक मित्रानं सल्ला दिला.

बंकिमचंद्रांचे विचार मात्र वेगळे होते. ती कविता एखाद्या मासिकात प्रसिद्ध केली असती, तर तिचा परिणाम कमी झाला असता. ती कविता मासिकामधल्या पानांमध्ये कुठेतरी हरवून गेली असती. हा धोका बंकिमचंद्रांना पत्करायचा नव्हता. त्यामुळे त्यांनी मित्रांचा सल्ला मानला नाही. त्यांनी आपल्या मित्रांना सांगितलं, “या कागदावरच्या कवितेचा खरा अर्थ कळायला तुम्हाला अजून वेळ लागेल. ‘वंदे मातरम्’ हे एखादं सामान्य गीत नाहीये. स्वातंत्र्याकडे, राष्ट्रीय जागृतीकडे नेणारं ते एक माध्यम आहे. ते लोकांपर्यंत काळजीपूर्वकच पोचवायला हवं. मगच या गीताचा जास्तीत जास्त परिणाम होईल.”

ही कविता लोकांपर्यत पोचवण्यासाठी आदर्श असं साधन शोधण्यावर त्यांनी बराच विचार केला; पण त्याचं उत्तर मिळण्यासाठी त्यांना काही वर्षं थांबावं लागलं. मग अचानक त्यांना सगळं लख्खपणे जाणवलं. त्यांनी ‘आनंदमठ’ ही कादंबरी लिहिली आणि तिच्यात ‘वंदे मातरम्’ गीताचा समावेश केला. ही कादंबरी १८८२ मध्ये ‘बांगलादर्शन’ या मासिकात क्रमशः प्रसिद्ध झाली आणि त्याच वर्षी पुस्तकरूपानं प्रकाशित झाली.

बंकिमचंद्रांनी तिच्यावर चार वेळा संस्करण केलं. ही कादंबरी एका दृष्टीनं प्रभावी, मनोरंजक आणि आनंद देणारी आहेच; पण तिच्यात ‘वंदे मातरम्’ गीत नसतं, तर स्वातंत्र्यलढ्याशी इतक्या अतूटपणे तिचं नातं जुळलं नसतं. लगेचच ही कविता म्हणजे स्वातंत्र्याचं एक गाणं होऊन गेलं.

कादंबरीमध्ये या गाण्यामुळे स्फूर्ती घेऊन सामान्य माणसांचेही वीरपुरुष होतात, असं दाखवलंय. स्वातंत्र्यलढ्याच्या काळात या गीतानं नेमकी तीच किमया केली आणि अगदी आजही तितक्याच उत्कटतेनं ते भारावून टाकत आहे.

◆

(भिकाजी कामा या भारताचा ध्वज वाहणारी पहिली व्यक्ती म्हणून ओळखल्या जातात. त्यांना हा बहुमान स्टुटगार्ड इथं मिळाला. भिकाजी कामा तिथं भरलेल्या आंतरराष्ट्रीय समाजवादी अधिवेशनासाठी एक प्रतिनिधी म्हणून गेल्या होत्या. अधिवेशनात प्रत्येक उपस्थित प्रतिनिधी भाषण करण्याआधी त्याच्या किंवा तिच्या देशाचा राष्ट्रीय ध्वज उलगडून पसरवत असे. भारताला स्वतःचा असा ध्वज नसल्यानं मादाम कामांपुढे

हाइड पार्कमधून भरती

पेचप्रसंग उभा राहिला. पण त्यांनी त्यातून मार्ग काढला. हिरव्या, केशरी आणि लाल रंगाचे आडवे पट्टे असलेला तिरंगी ध्वज त्यांनी तयार केला. त्यांपैकी हिरव्या पट्ट्यावर आठ कमळं दाखवलेली होती, तर केसरी पट्ट्यावर 'वंदे मातरम्' ही अक्षरं लिहिलेली होती. लाल पट्ट्यावर उजवीकडे सोनेरी सूर्य तर डावीकडे चंद्रकोर दाखवलेली होती. हाच ध्वज पुढे आवश्यक ते अनेक बदल करून भारताचा राष्ट्रीय ध्वज झाला.

मादाम कामांनी हा ध्वज उलगडून दाखवला आणि जाहीर केलं, - 'हा ध्वज म्हणजे स्वतंत्र भारत आहे पाहा! सगळ्यांनी उठून उभं राहावं अणि भारताच्या या स्वातंत्र्यध्वजाला वंदन करावं, असं मी आवाहन करते.'

लहानपणी त्या फार संवेदनक्षम होत्या. शाळेत असताना त्या

वादविवादांमध्ये भाग घ्यायच्या; पण कॉलेजमध्ये गेल्यावर त्या स्वातंत्र्यलढ्याकडे ओढल्या गेल्या. त्यांच्या वडिलांना त्यांचे हे उद्योग पसंत नव्हते. भिकाजीचं लग्न लावून दिलं तर तिच्या या उद्योगांना पायबंद बसेल, असं वाटून त्यांनी श्री. कामा यांच्याशी तिचा विवाह करून दिला.

तरीसुद्धा लग्नामुळे त्यांच्यातली देशभक्तीची ठिणगी विझली नाही. त्या योग्य संधीची वाट पाहत होत्या. १९०२ मध्ये भिकाजी कामा आजारी पडल्या. डॉक्टरांनी त्यांना इंग्लंडमध्ये वैद्यकीय उपचार घ्यायला सांगितलं. त्यामुळे १९०२ मध्ये त्या जहाजानं इंग्लंडला गेल्या आणि १९३६ पर्यंत परदेशातच राहिल्या. त्या एक ध्येयवादी, बंडखोर कार्यकर्त्या झाल्या. भारताचं स्वातंत्र्य हे त्यांचं ध्येय होतं.

त्या श्यामजी कृष्ण वर्मा, वि. दा. सावरकर आणि व्ही. व्ही. एस. अय्यर अशा क्रांतिकारकांमध्ये सामील झाल्या. भिकाजी कामा तरुणांना आपल्या कार्यात ओढून घेत, त्यांना बॉम्ब आणि इतर स्फोटक शस्त्रं बनवण्याचं प्रशिक्षण देण्यासाठी निधी उभारत आणि जाहीरपणे जहालवादाला प्रोत्साहन देत. अखेरपर्यंत त्या प्रखर स्वातंत्र्यसैनिक राहिल्या.

जानेवारी १९३६ मध्ये त्या भारतात परतल्या; पण पुढे आठ महिन्यांतच त्यांचं इथं निधन झालं. हे बंडखोर व्यक्तिमत्त्व आपल्या मातृभूमीच्या कुशीत कायमचं विसावण्यासाठी परतलं होतं.)

१९०२. प्रदीर्घ प्रवासानंतर ते जहाज लंडन बंदराला पोचलं. जहाज मुंबई बंदरात स्थिर असताना जे प्रवासी जहाजात चढले होते, ते पुन्हा जमिनीवर उतरण्यासाठी अधीर झाले होते. याचं कारण म्हणजे खवळलेल्या समुद्रामुळे या प्रवासात त्यांना भयंकर हेलकावत राहावं लागलं होतं. प्रचंड लाटांवर जहाज अतिशय हेलकावे खात राहिल्यानं बऱ्याच प्रवाशांना आपल्या केबिनमध्येच बसून राहावं लागलं होतं. काही प्रवाशांना कोरड्या ओकाऱ्यांचा त्रास झाला आणि जहाजावरील सगळ्या प्रवाशांना या प्रवासानं अगदी अस्वस्थ वाटत होतं.

त्यांच्या दृष्टीनं प्रवासाची अखेर झाली, ही खरोखरच एक सुवार्ता होती. बंदरात लागण्याच्या तयारीत जहाज हळूहळू धक्क्याकडे सरकत होतं. लोकांचा मोठा जमाव किनाऱ्याजवळ उभा होता. जहाजावर असलेल्या आपल्या जिवलग व्यक्तींच्या शोधात हजारो

डोळे जहाजाच्या डेककडे लागलेले होते.

बंदरातल्या कामगारांची जिकडेतिकडे लगबग चाललेली होती. मग ते विखुरले आणि त्यांनी आपापली जागा घेतली. जहाजातून टाकले जाणारे दोरखंड पकडायला आम्ही सज्ज आहोत, असं दाखवणारा इशारा त्यांनी जहाजाच्या दिशेनं केला. जहाजावरच्या मदतनीस कर्मचाऱ्यांना तो इशारा मिळताच त्यांनी दोरखंड बंदरावरच्या कामगारांच्या दिशेनं भिरकावले. ते गरगरत खाली गेले. बंदरावरच्या कर्मचाऱ्यांनी ते पकडले आणि सगळी शक्ती एकवटून ते दोरखंड ओढू लागले. जहाज धक्क्याजवळ आलं. बंदरावरच्या कर्मचाऱ्यांनी ते दोरखंड तिथं जमिनीत रोवलेल्या भक्कम, मजबूत खांबांना बांधून टाकले. जहाज आता भक्कमपणे बांधलं गेलं होतं. आता ते पाण्यात निसटू शकत नव्हतं. तरीसुद्धा त्याला जे मर्यादित स्वातंत्र्य होतं, ते जहाजानं सोडलं नाही. लाटांवर ते जागच्या जागी वरखाली होत राहिलं.

मग कामगार जहाजातून जमिनीवर चढण्या-उतरण्यासाठी काढता-घालता येणारा पूल आणण्यासाठी गेले. डझनभर कर्मचाऱ्यांनी तो पूल ढकलत आणला. बंदरातल्या खडबडीत जमिनीवरून कर्कश खडखड होत होती. कामगारांनी धापा टाकत तो पूल ढकलत नेऊन शेवटी तो बरोबर योग्य जागेवर बसेपर्यंत वळवला. तो जहाजाच्या डेकशी व्यवस्थित जुळवून घेतला. जहाजावरचे मदतनीस तो पूल बरोबर जुळवण्यासाठी पुढे झाले. त्यांना बरीच खटपट करावी लागली. जहाज हळुवारपणे हेलकावत होतं. तो पूल बरोबर जागेवर घट्ट बसलाय असं त्यांना वाटायचं, तेवढ्यात एखाद्या खोडकर मुलासारखं जहाज किंचितसं हलत असे.

त्यामुळे तो पूल घट्ट बसवताना ते जहाजावरचे मदतनीस वैतागून शिव्या घालत होते. पण शेवटी तो पूल बसवण्यात ते यशस्वी झाले, तेव्हा त्यांनी सुटकेचा सुस्कारा टाकला. जहाजावरचे प्रवासी ही सगळी धडपड पाहत होते. मग जहाजावरच्या एका अधिकाऱ्यानं आवाज उंचावून घोषणा केली, 'प्रवाशांना आता उतरता येईल.'

दोघे-तिघे असं करत प्रवासी जहाजातून खाली येत राहिले. त्यांचे मित्र आणि नातेवाईक त्यांचं स्वागत करायला पुढे धावले.

मादाम कामा पुलावरून सावकाश खाली आल्या. प्रदीर्घ प्रवासामुळे त्या थकून गेल्या होत्या. प्रत्येक पावलाला त्यांचा मलूल चेहरा वेदनांनी पिळवटून निघत होता. त्यांना वाटलं, आपल्या नशिबात काय वाढून ठेवलंय? आपली प्रकृती सुधारेल? इंग्लंडमधल्या उपचारांचा परिणाम होईल? त्या वेळी त्यांना काहीच माहीत नव्हतं.

त्यांनी वर पाहिलं आणि त्यांना न्यायला आलेली व्यक्ती त्यांनी नजरेनं टिपली. तिनं मादाम कामांना बघून हात केला. त्यांच्या चेहऱ्यावर हास्य झळकलं. त्यांनी आपली बॅग आणखी घट्ट धरली आणि मग पायऱ्यांवरून वेगानं जायचा प्रयत्न केला; पण त्या थांबल्या. चालण्याचा हा ताण त्यांना जास्तच वाटला. त्यांनी पुलाचा कठडा पकडला आणि मग श्वासोच्छ्वास पुन्हा स्थिर झाल्यावरच त्या पुढे सरकल्या.

त्यांचा मित्र धावत पुलाच्या आणखी जवळ आला. मादाम कामांनी जमिनीवर पाऊल टाकताच त्यांचा हात धरून त्यांना आधार दिला. त्यानं त्यांच्याकडे एकदा आपादमस्तक नजर टाकली आणि तो व्याकूळपणे म्हणाला, ''अरे, तुला झालंय तरी काय? तू खरंच फार अशक्त दिसतेस. पण इथं तुला बरं वाटेल. मला अगदी खात्रीच आहे त्याची. मी आधीच हॉस्पिटलशी संपर्क साधलाय आणि तिथं तुझ्यावर अगदी छान उपचार होतील.''

''धन्यवाद!'' त्या पुटपुटल्या. त्यानं त्यांची बॅग उचलली आणि सावकाश एका बाजूला घेऊन गेला. जहाजातून बाकीचं सामान बाहेर येईपर्यंत ती दोघं थांबून राहिली. मादाम कामांनी आपल्या पेट्या ओळखून घेतल्यावर एका हमालानं त्या पेट्या त्यांच्या मित्राच्या घोडागाडीपर्यंत नेल्या. मादाम कामा घोडागाडीत चढल्या आणि त्यांचा मित्र गाडीवानाला घराकडे निघण्याची खूण करत त्यांच्या शेजारी बसला.

दुसऱ्या दिवशी तो त्यांना हॉस्पिटलमध्ये घेऊन गेला. डॉक्टरांनी मादाम कामांना तपासलं, त्यांच्या बऱ्याच तपासण्या केल्या आणि तपासण्यांच्या अहवालावर त्यांच्याशी चर्चा केली. शेवटी डॉक्टरांनी मादाम कामांचं रोगनिदान करून त्यांना योग्य ती औषधं लिहून दिली. हे उपचार परिणामकारक ठरले आणि भिकाजींची तब्येत सुधारली.

आता त्यांच्यापाशी वेळ होता. सुरुवातीला त्या थोड्या अंतरापर्यंत

फिरायला जायच्या; पण नंतर त्या आणखी लांब अंतराची रपेट करू लागल्या. त्यांनी शहरातली सगळी प्रेक्षणीय स्थळं पाहिली... लंडनचा टॉवर, पूल, वेस्टमिन्स्टर ॲबे, संग्रहालयं आणि ग्रंथालयसुद्धा.

एक दिवस बरीच झाडी असलेला एक विस्तीर्ण मोकळा भाग त्यांच्या पाहण्यात आला. तिथं सर्वत्र उंच झाडं, वाढवून केलेली गवताची कुंपणं आणि फुलांचे ताटवे होते. ही जागा म्हणजे लंडन शहराच्या अगदी केंद्रभागी असलेलं 'हाइड पार्क' होतं.

हाइड पार्क एक शतकभराहूनही जास्त काळ वक्त्यांचं नंदनवन म्हणून ओळखलं जातं. अगदी आजही या जागेचा हा लौकिक कायम आहे. इथं नवशिके वक्तृत्वाची कला शिकून घेतात आणि त्यांच्यासाठी इथं कायम आयते श्रोतेही मिळतात.

कुतूहल वाटून भिकाजी हाइड पार्ककडे वळल्या. तिथं त्यांना लहानलहान घोळके दिसले. त्यामुळे सगळं 'हाइड पार्क'च अशा छोट्या घोळक्यांमध्ये विखुरलं होतं. मादाम कामांना वाटलं, इथं चाललंय तरी काय? जादूचा खेळ का सर्कस? का एखाद्या वस्तूच्या विक्रीची मोहीम?

तिथंच, स्त्रियांनाही मतदानाचा हक्क मिळावा अशी बाजू घेऊन बोलणाऱ्या एका इंग्लिश स्त्रीचं भाषण ऐकत एक घोळका उभा होता. भिकाजीही त्या घोळक्यात सामील झाल्या. त्या बाईचा युक्तिवाद भिकाजींना अगदी योग्य वाटला आणि आपल्याला याविषयीच्या कार्याला काही हातभार लावला येईल का, असा विचार त्या करू लागल्या.

पण मग त्यांना प्राणप्रिय असलेलं आपलं ध्येय आठवलं. भारताचा स्वातंत्र्यलढा चालू ठेवण्यासाठी व्यासपीठ म्हणून 'हाइड पार्क'चा उपयोग होतो का, ते पाहायचं त्यांनी ठरवलं.

त्या एका घोळक्याकडून दुसऱ्या घोळक्याकडे जात राहिल्या. त्यांना वाटलं, एखाद्या भारतीय स्वातंत्र्यसैनिकाचं भाषण ऐकणारा एखादा घोळका आपल्याला दिसेल इथं? त्यांच्या दृष्टीनं ही अपेक्षा जास्तच होती; पण तरीही भिकाजी शोध घेत पुढे सरकत राहिल्या. मग त्यांना एक सुखद आश्चर्याचा धक्का बसला. 'पार्क'च्या एका कोपऱ्यात एक देशभक्त श्यामजी कृष्ण वर्मा भाषण करताना त्यांना दिसले. बरेचसे भारतीय लोकच त्यांचं भाषण ऐकण्यासाठी तिथं जमले होते. तिथं काही इंग्लिश माणसंही होती. मादाम कामांना वाटलं, हे गोरे लोक

भाषण ऐकण्यासाठी आले आहेत, की वक्त्याची टर उडवायला?

श्यामजी कृष्ण वर्माचं ते भाषण ऐकण्यात भिकाजी गुंग झाल्या. वर्मा अगदी मुद्द्याचं बोलत होते. ते म्हणाले, "स्वातंत्र्य मागून मिळणार नाही, तर ते द्यायला तयार नसलेल्या हातांमधून हिसकावून घ्यावं लागेल. त्यासाठी किंमत मोजण्याकरिता लोकांनी सज्ज राहिलं पाहिजे. स्वातंत्र्य मिळवण्यासाठी त्यांना सर्वस्वाचा– अगदी आपल्या जिवाचाही त्याग करावा लागेल."

श्यामजींनी आपलं भाषण संपवल्यावर वातावरण उत्साही जयघोषानं भरून गेलं. त्यांनी उपस्थितांना वंदन केलं आणि ते जायला वळणार, एवढ्यात एका शिडशिडीत, गोऱ्यापान स्त्रीकडे त्यांचं लक्ष गेलं. ती घोळक्यातून पुढे येत होती. तिच्या डोळ्यांत त्यांना एक वेगळीच चमक दिसली. ती व्यासपीठावर चढली, श्यामजींना तिनं अभिवादन केलं आणि आपली ओळख करून देत म्हणाली, "मी भिकाजी कामा. मी स्वातंत्र्यलढ्याच्या ध्येयासाठी स्वतःला समर्पित करत आहे. अगदी पूर्णपणे."

सुरुवातीला श्यामजींना संशय आला. त्यांना वाटलं, हा एखादा डाव तर नाही? ती एखादी ब्रिटिश हेर असायची. क्रांतिकारकांच्या गोटात शिरकाव करून घेऊन त्यांची गुपितं फोडायची कामगिरी तिच्याकडे दिली असेल.

पण मग हे विचार त्यांनी झटकून टाकले. हेरगिरीची कामगिरी करण्याच्या दृष्टीनं ती फारच नाजूक वाटत होती. ते मादाम कामांकडे बघून हसले आणि म्हणाले, "तुमचं स्वागतच आहे. आपल्या ध्येयाकरिता खांद्याला खांदा भिडवून लढण्यासाठी आम्हाला प्रत्येकाची गरज आहे."

त्या शब्दांनी मादाम कामांना आनंद झाला. काहीसं अडखळतच त्यांनी श्यामजींना विचारलं, "मी माझं म्हणणं मांडू शकते का?" श्यामजींनी त्यांना पुढे होण्याची खूण केली. त्यांनी लगेच मायक्रोफोन हातात घेतला आणि आपलं भाषण सुरू केलं, "मित्रहो, भारताच्या हिताच्या दृष्टीनं ब्रिटिश सत्ता टिकून राहणं खरोखरच धोक्याचं आणि अतिशय घातक आहे... आपली चांगली माणसं गुन्हेगारांप्रमाणे देशातून हद्दपार तरी केली जात आहेत किंवा तुरुंगात तरी पाठवली जात आहेत. तिथंही त्यांना तुरुंगातल्या हॉस्पिटलमध्ये जायला लागावं, अशा पद्धतीनं

त्यांचा छळ केला जात आहे. आम्ही शांतताप्रिय आहोत. आम्हाला हिंसक क्रांती नको आहे. पण लोकांना त्यांचे हक्क आणि जुलूमशाही उलथून देण्याची गरज या गोष्टी मात्र आम्हाला शिकवायच्या आहेत.''

त्या ब्रिटिशांच्या अरेरावीबद्दल बोलल्या. भिकाजी कामांनी आपल्या भाषणात विचारलं- जगातले बाकीचे देश भारताच्या बाजूनं का उभे राहत नाहीत? जगाच्या लोकसंख्येच्या एकपंचमाश एवढी लोकसंख्या गुलामगिरीत असताना हे देश स्वस्थ कसे राहू शकतात?'

श्यामजी शब्द न् शब्द ऐकत होते. मादाम कामांनी आपल्या भाषणाचा समारोप केला- ''भारतीयांनी नेमकं लक्ष्य साधायला शिकलंच पाहिजे. स्वराज्य आणि स्वदेशीचा वारसा आपल्याला मिळाल्यावर, आपलं उत्कट प्रेम असलेल्या देशाबाहेर इंग्रजांना आपल्याला हाकलून द्यावं लागेल. तो दिवस फार दूर नाही.''

मादाम कामांचं भाषण संपल्यावर झालेल्या टाळ्यांच्या कडकडाटानं वातावरण दुमदुमलं. लोकांच्या टाळ्या थांबल्या, तरी श्यामजी टाळ्या वाजवतच राहिले. मग ते शांतपणे म्हणाले, ''मादाम, इथून पुढे आपल्याला मिळून बरेच लढे द्यायचे आहेत.''

◆

(नावात काय आहे, असं शेक्सपिअरनं म्हणून ठेवलंय. त्याचं असं म्हणणं होतं, की गुलाबाचं नाव दुसरं कुठलंही असतं, तरी त्याचा सुगंध तसाच आल्हादायक राहणार.

अबुल कलम गुलाम मुहिउद्दीन अहमद (हे नाव काहीसं लांबलचकच आहे, आपल्यापैकी बऱ्याच जणांनी ते ऐकलेलंही नाहीये.) हे मौलाना आझाद म्हणून जास्त परिचित होते. हे नंतरचं नाव आपल्या कानांना ऐकायला अधिक चांगलं वाटतं. कदाचित अबुल कलमच्या कानांनाही

दाद

तसंच वाटलं असावं, कारण जेमतेम पंधराव्या वर्षीच त्यांनी 'आझाद' हे टोपण नाव घेतलं. अशा प्रकारे त्यांनी आपल्या नावाला स्वातंत्र्यभावनेची जोड दिली. याचं कारण म्हणजे 'आझाद' या उर्दू शब्दाचा अर्थच 'स्वतंत्र' असा होतो.

अबुल कलम यांचा जन्म विद्वानांच्या एका कुटुंबात झाला होता. त्यांचे पूर्वज अतिशय स्वतंत्र वृत्तीचे होते. त्यांच्यापैकी शेख जलालुद्दीन देहलवी यांना मक्केला पलायन करावं लागलं होतं. याचं कारण असं, की बादशहा अकबराची आज्ञा पाळायला त्यांनी नकार दिल्याने अकबराचा रोष ओढवून घेतला होता. दुसरे एक पूर्वज शेख मुहम्मद अल्लाशिवाय कोणालाही सर्वश्रेष्ठ अधिकारी मानत नसत. त्यांनी जहांगीर बादशहापुढे गुडघे टेकायला नकार दिल्याने या कृतीबद्दल त्यांना चार वर्षे ग्वाल्हेर येथील तुरुंगात ठेवण्यात आले होते.

आझादांकडे या गुणांचा वारसा आलेला होता. त्यांच्या वडिलांनी त्यांना अरेबिक भाषेचं शिक्षण द्यायचं ठरवलं. पुढे आझाद अरेबिककडून पर्शियन आणि उर्दू या भाषांकडे वळले. नंतर बऱ्याच वर्षांनी त्यांनी इंग्लिशचा अभ्यास केला. दहाव्या वर्षापर्यंत या पहिल्या तिन्ही भाषांमध्ये त्यांचा पाया भक्कम होता आणि ते शब्दांशी खेळत असत. ते सहजतेनं शब्दांचा जास्तीत जास्त चांगला उपयोग करून घेऊन शब्द वापरत असत. त्यामुळे या कौशल्याचा त्यांना अगदी लहान वयातच एक समर्थ लेखक आणि वक्ता म्हणून उदयाला येण्याच्या दृष्टीनं उपयोग झाला.

वाचनामुळे ते विचारी व संवेदनक्षम झाले. धर्म आणि त्याचबरोबर भारतीयत्व या दोन गोष्टींमुळे त्यांचा दृष्टिकोन व्यापक झाला. त्यांनी अभिमानपूर्वक घोषित केलं होतं, 'मी एक भारतीय आहे... अविभाज्यपणे एक असलेल्या भारताच्या राष्ट्रीयत्वाचा एक भाग.' त्यांना वाटलं, आपलं भारतीयत्व कसं उंचावता येईल? महात्मा गांधींना साथ देऊन आणि स्वातंत्र्याच्या ध्येयासाठी स्वतःला झोकून देऊन त्यांनी हा प्रश्न सोडवला. ते हिंदू-मुस्लिम ऐक्याचे प्रवक्ते होते. मुस्लिम आणि हिंदू एकत्र राहू शकणार नाहीत, समान राष्ट्रीयत्वात सहभागी होऊ शकणार नाहीत, असा सिद्धान्त जीना आणि इतरांनी मांडला होता. आझाद यांना हा सिद्धान्त मान्य नव्हता. आझाद महात्माजींच्या अनुयायांपैकी एक अनुयायी आणि एक आघाडीचे स्वातंत्र्यसैनिक झाले.

१९२३ मध्ये आणि पुन्हा १९४० मध्ये आझाद काँग्रेसचे अध्यक्ष म्हणून निवडून आले. अध्यक्षपदाची त्यांची दुसरी कारकीर्द १९४६ सालापर्यंत चालली. भारताला स्वातंत्र्य मिळाल्यावर आझाद यांनी शिक्षणमंत्रिपदाची सूत्रे हाती घेतली. अखेरपर्यंत ते पंडित नेहरूंचे एक जवळचे मित्रही होते.

ही कथा थेटपणे स्वातंत्र्यलढ्याशी संबंधित नसली, तरी आम्ही तिचा समावेश केला आहे, कारण त्यातून त्या महान व्यक्तिमत्त्वाचा एक अज्ञात पैलू प्रकट होतो.)

नादिर खान हे थोर कवी मिर्झा गालिब यांचे अनुयायी होते आणि त्यांनी आपल्या मार्गदर्शकाची शैली जिवंत ठेवली होती. त्यांच्या चाहत्यांना त्यांच्या काव्यावर मिर्झा गालिब यांचा ठळक प्रभाव दिसून

यायचा. त्यामुळेच नादिर खान यांचं काव्य वेगळं वाटायचं. आघाडीच्या उर्दू कवींपैकी एक म्हणून ते ओळखले जायचे. त्यांच्या उपस्थितीशिवाय कोणताही साहित्यिक कार्यक्रम यशस्वी झाल्यासारखा वाटत नसे. जो तो म्हणायचा, 'नादिर खान वयानं आणि ज्ञानानंही थोर आहेत.'

हा लौकिक त्यांच्या कामी यायचा. प्रत्येक साहित्यिक संमेलनाला त्यांना आमंत्रण असायचं. तेही आनंदानं प्रत्येक आमंत्रण स्वीकारत. सुप्रसिद्ध साहित्यिकांशी त्यांची घसट असायची, तर नवशिके लेखक नादिर खान यांना आपल्या लेखनाचं मूल्यमापन करण्याची विनंती करत त्यांच्याभोवती गर्दी करायचे. त्यांनी पसंतीदर्शक मान डोलवली, तरी त्या नवशिक्या लेखकांचं भवितव्य घडवण्याच्या दृष्टीनं ते पुरेसं असायचं.

अबुल कलम 'मुशायऱ्यां'ना (उर्दू कविसंमेलन) जायला लागले, तेव्हा ते फक्त चौदा वर्षांचे होते. बऱ्याचदा ते काव्यस्पर्धेत भाग घ्यायचे. या स्पर्धांचा एक ठरीव साचा होता. या स्पर्धांमध्ये पुनःपुन्हा येणारे किंवा यमक जुळणारे शब्द मोठ्यानं वाचून दाखवून स्पर्धकांना सांगितलं जायचं, 'हे शब्द सूचक म्हणून वापरा. ते तुम्ही रचलेल्या ओळीमध्ये वा 'शेरा' मध्ये दुसऱ्या भागातच आले पाहिजेत.'

स्पर्धकांना त्यांच्या कविता करायला फारच थोडा वेळ दिला जायचा. त्यामुळे त्या झटपट लिहाव्या लागायच्या. अशा वेळी बऱ्याच स्पर्धकांना अडखळायला व्हायचं. आझादांच्या बाबतीत असं कधीच व्हायचं नाही. बहुतेक प्रसंगी तेच स्पर्धा जिंकून जायचे.

त्यामुळे सगळ्यांचे डोळे त्यांच्याकडे लागून राहिले होते. बरीच ज्येष्ठ मंडळी आझादांकडे एक लोकविलक्षण प्रतिभा असलेला मुलगा, भावी काव्यतारा म्हणून पाहायची.

नादिर खान मात्र या मुलाकडे काहीसे संशयानं पाहायचे. आझादांची हुशारी उठून दिसायची, यात त्यांना शंका नव्हती; पण खरंच लोकविलक्षण म्हणावी अशी प्रतिभा त्यांच्याकडे असेल का, याबद्दल नादिर खान साशंक होते. त्यांना वाटायचं; की आधीच्या प्रतिभावंतांचं साहित्यचौर्य करण्याची चलाखी आझादांकडे आहे का काय?

त्यांच्या दृष्टीनं तिसरीही एक शक्यता होती, ती म्हणजे एखाद्या साहित्यिक व्यक्तीनं विद्वान मंडळींची फिरकी घेण्यासाठी आझादांची

योजना केलेली असावी. ही अज्ञात व्यक्ती बाहेर येत नव्हती; पण पडद्याआडून या मुलाला मदत करत असावी, अशीही नादिर खान यांना शंका होती. नामवंत साहित्यिक या युक्तीला फसतील, असं वाटून ती अज्ञात व्यक्ती या मुलाला पुढे करत असावी.

काहीही असलं तरी आपण फसायचं नाही, असं नादिर खान यांनी ठरवून टाकलं होतं. काय वाटेल ते झालं तरी या प्रकरणाच्या मुळाशी जायचं आणि हे गूढ सोडवायचं, असाही चंग त्यांनी बांधला.

एक-दोनदा आझाद यांनी नादिर खान यांचं लक्ष वेधून घ्यायचा प्रयत्न केला. पण तेव्हा त्यांनी तुटकपणा तरी दाखवला किंवा आझादांकडे लक्षच दिलं नाही. आझादांना कळेना, नादिर खान आपल्यापासून एवढे अलिप्त, अंतर राखून का राहतात? आपण त्यांची नाराजी तर ओढवून घेतली नाही? तसं असेल तर कधी आणि कशी? आपण त्यांना आदर दाखवला नाही, असा एखादाही प्रसंग त्यांना आठवत नव्हता. नादिर खानना विनयपूर्वक अभिवादन करायला ते नेहमीच पुढे असत. आझादांच्या स्वभावातच सौजन्य होतं. त्यामुळे त्यांना प्रश्न पडला, आपल्यामुळे हा बुजुर्ग कवी दुखावला तरी कसा?

नादिर खान जरी आझाद त्यांच्या खिजगणतीत नसल्यासारखे वागत असले, तरी आझाद मात्र त्यांना यथोचित शिष्टाचार दाखवायला कधी विसरले नाहीत. कधीही त्या दोघांची भेट झाली तरी आदरानं 'सलाम आलेकुम' असं म्हणून आझाद त्यांना अभिवादन करत. क्वचित नादिर खान 'आलेकुम सलाम' असं बेफिकिरीनं म्हणून प्रतिसादही देत, पण इतर वेळी मात्र ऐकू न आल्यासारखं करत ते आझादांच्या जवळून पुढे सरकत.

नादिर खान यांचं वागणं चमत्कारिक होतं; पण त्यामुळे आझाद तेवढे अस्वस्थ झाले नाहीत. आझाद सतत कार्यमग्न असत. त्यांचा बराचसा वेळ वाचन-लेखनात जायचा.

एक दिवस ते बाजारापर्यंत फिरत गेले. फुटपाथवरून जात ते त्यांच्या आवडत्या पुस्तकांच्या दुकानापाशी आले. ते आत शिरताच त्या दुकानाच्या मालकानं त्याचं स्वागत केलं. आझादांनीही त्याला उत्साहानं प्रतिसाद दिला, मग अगदी दर्शनी भागातच मांडलेली पुस्तकं त्यांनी उचलली. त्यांच्या किमती विचारून त्यांनी आपल्या

मोठ्या कोटातून पैसे काढले. दुकानदारानं ती पुस्तकं एका जुन्या वर्तमानपत्राच्या पानात गुंडाळली आणि ताग्याच्या एका बारीक दोरीनं ती बांधली.

आझादांनी त्याचे आभार मानले आणि ते दुकानाबाहेर पडले.

त्याच वेळी ते नादिर खान यांच्या अंगावर जवळजवळ आदळलेच. मागे होऊन सावरत आझाद यांनी त्यांच्याशी आपली टक्कर मात्र होऊ दिली नाही. त्यांनी लगेचच त्या ज्येष्ठ कवीला ओळखलं आणि वाकून त्यांच्या पायाला स्पर्श करत ते म्हणाले, 'सलाम आलेकुम!' नादिर खाननीही त्यांना योग्य तो प्रतिसाद दिला. मग त्यांनी आझादांना, ते बाजारात कशासाठी आले होते, अशी विचारणा केली.

"मी बऱ्याचदा या पुस्तकांच्या दुकानात येतो. इथं मला अगदी नवी पुस्तकं मिळतात. आज मला दोन छानशी पुस्तकं मिळाली, ती मी विकत घेतली. या पुस्तकांच्या सहवासात आता अगदी मजा येईल."

"छान, मजा करा..." असं म्हणतानाच नादिर खान थांबले आणि त्यांनी आझादांकडे कठोरपणे पाहिलं.

त्यांना काहीतरी महत्त्वाचं बोलायचं असल्यासारखं आझादांना जाणवलं. नादिर खान आता काय बोलतात, ह्या प्रतीक्षेत ते थांबून राहिले. आपलं म्हणणं जुळवायला नादिर खानना थोडा वेळ लागला. मग शांततेचा भंग करत ते म्हणाले, "तू आपल्या मुशायऱ्यांमध्ये शेरामागून शेर रचतोस; पण त्या रचना तुझ्या स्वतःच्याच आहेत, हे मला कसं कळणार? ते शेर तुझे स्वतःचेच आहेत यावर मी विश्वास कसा ठेवायचा? माझ्या कल्पनेप्रमाणे एखादा विद्वान माणूसही तुला मदत करत असेल. तो कदाचित तुझ्याबरोबरही येत असेल. तो तुला नेमके शेर किंवा कविता पुरवत असणार आणि त्या तू स्वतःच्या म्हणून सादर करतोस."

ते ऐकून आझाद अवाक् झाले. तरीसुद्धा त्यांनी पटकन स्वतःला सावरलं. मग त्यांना सुटल्यासारखं तर वाटलंच, पण आनंदही झाला. नादिर खान त्यांच्यापासून अलिप्त का राहत होते, ते आता त्यांना समजलं होतं. आझादांच्या प्रतिभेबद्दल नादिर खानना अजून विश्वास वाटत नव्हता. त्यांना वाटलं, नादिर खानना आपली योग्यता कशी

सिद्ध करून दाखवायची? आपण जे काव्य करतो, त्यातलं बहुतेक सर्व मनाच्या आतून खोलवरून कुठून तरी चमत्कार व्हावा तसं येतं, हे नादिर खानना कसं समजावून सांगावं, असा प्रश्न त्यांना पडला.

त्यांच्या मनातच त्या कवितेचं एक गूढ उगमस्थान होतं. ते कुठून आलं होतं हे त्यांना कधीच समजू शकलं नव्हतं; पण ते तिथं होतं खरं. जेव्हा कधी त्यांना कविता लिहायची असे, तेव्हा त्या उगमस्थानातून योग्य शब्द योग्य त्या जागी येत. काही लोक त्यांना असामान्य प्रतिभा असलेला मुलगा म्हणायचे. त्याबद्दल आझादांना तेवढा विश्वास नव्हता; पण अगदी थोड्या वेळातसुद्धा आपण उत्कृष्ट कविता लिहू शकतो, हे त्यांना पक्कं ठाऊक होतं.

कधी त्यांनी शीघ्रकाव्य करण्याचा प्रयत्न केला, तरी त्या कविता उत्कृष्ट अशा उतरत. हे कशामुळे शक्य होत होतं, हे त्यांना माहीत नव्हतं आणि त्याबाबत त्यांनी कधी जास्त विचारही केला नाही. त्यांचा संबंध होता तो ती कविता चांगली होते की नाही, याच्याशी. ज्या गुंतागुतीच्या मानसिक प्रक्रियेमुळे त्यांना सुंदर कविता लिहिता यायच्या, त्या प्रक्रियेशी त्यांचा काही संबंध नव्हता.

आझाद म्हणाले, "ते मी कसं स्पष्ट करून सांगू जनाब? मला स्फूर्ती कुठून येते ते माहिती नाही; पण मला ज्यामुळे नाव मिळालंय तो प्रत्येक शेर किंवा कविता माझी स्वतःची आहे, एवढीच खात्री मी तुम्हाला देऊ शकतो. हे मी अगदी खात्रीपूर्वक सांगू शकतो," आझादांनी नम्रपणे उत्तर दिलं.

आझादांच्या बोलण्यातला प्रामाणिकपणा नादिर खानांच्या कानांतून निसटला नाही. ते मनाशीच म्हणाले, 'म्हणजे आपण जातिवंत कवी आहोत; परप्रकाशी नाही, असं ह्याचं म्हणणं आहे तर!'

मात्र आझादांचं हे म्हणणं तपासून पाहिल्याशिवाय ते स्वीकारण्याची नादिर खान यांची तयारी नव्हती. त्यांनी आपलं डोकं किंचितसं वर उचललं आणि कडक आवाजात म्हणाले, 'ठीक आहे, आपण सत्य काय आहे, ते शोधून काढू. चल, तुझी परीक्षाच घेतो. माझ्यापाशी एक सवाल तयार आहे... तो असा आहे - याद ना हो, शाद या हो, आबाद ना हो,' - सांग आता तुझा शेर.'

त्यावरून एक सुंदर शेर जुळवायला आझाद ह्यांना एक मिनिटही

लागलं नाही. नादिर खानना जेवढा उत्तम शेर अपेक्षित होता, त्यापेक्षाही आझादांचा शेर चांगला होता. नादिर खानांचा आपल्या कानावर विश्वास बसेना. त्यांनी आझादांना तो शेर पुन्हा म्हणून दाखवायला फर्मावलं. आझादांनी तो म्हणून दाखवला. नादिर खानांनी स्वतःशीच तो शेर पुटपुटत म्हटला आणि मग त्यातल्या सौंदर्यानं आनंदून त्याचा पुनरुच्चार केला.

त्यांचा चेहरा आनंदानं उजळून निघाला. त्यांनी प्रेमानं आझादांना मिठी मारली आणि हळुवारपणे त्यांच्या पाठीवर थोपटलं. मग अचानक आझादांना आपल्याबरोबर फिरवत झपाटल्यासारखे ते गिरक्या घेऊ लागले. काही क्षणांनी त्यांनी आझादांना मोकळं केलं आणि ते पुटपुटले, 'सुभानल्ला, सुभानल्ला!' मग ते एकटेच नाचत राहिले. तो शेर पुन्हा म्हणून पाहत मधूनच ते आनंदान गरजायचे, 'सुभानल्ला, सुभानल्ला!'

त्यांचं स्थळकाळाचं भार हरपलं. ते रस्त्यातच नाचत सुटले. त्यांचं हे बेफाम वागणं पाहून शेजारून जाणाऱ्या एखाद्या माणसानं, 'यांना काय वेडबीड लागलंय का काय,' असं विचारलं असतं, तरी त्यांचं नाचणं चालूच राहिलं असतं.

आणि तसं म्हटलं तर ते वेडे झालेही होते. आझादांच्या काव्यप्रतिभेचा ठोस पुरावा मिळाल्याच्या आनंदानं ते वेडे झाले होते. नाचून ते आपल्या बेफाट आनंदाला वाट करून देत होते, इतकंच!

◆

(स्वातंत्र्य आणि न्यायासाठी सर्वस्वाचा, गरज पडली तर प्राणांचाही त्याग करण्यात खरं शौर्य दडलेलं असतं. प्रीतिलता वड्डेदारनं खऱ्या अर्थानं शौर्य गाजवायचं ठरवलं होतं. त्यामुळे ती बंगालमधल्या क्रांतिकारी चळवळीमध्ये ओढली गेली.

१९२० व्या दशकात, ढाक्का विद्यापीठ हे क्रांतिकार्याच्या मुख्य केंद्रांपैकी एक होतं. 'आम्ही स्वातंत्र्य मिळवू', तिथल्या अनेक विद्यार्थ्यांनी गर्जना केली होती. 'प्रसंगी या ध्येयासाठी आम्ही आमच्या प्राणांचंही बलिदान देऊ', असंही त्यांनी घोषित केलं होतं.

चितगावची वाघीण

प्रीतिलतानं १९२८ मध्ये ढाक्का विद्यापीठात प्रवेश घेतला. एक दिवस विद्यार्थी नेता ठासून सांगत असताना तिनं ऐकलं, 'एक संपूर्ण धर्म रक्तातून आलाय. स्वातंत्र्याची बीजंसुद्धा कोणतीही सत्ता विझवून टाकू शकत नाही. याचं कारण म्हणजे ही बीजं थोर पुरुषांच्या रक्तातच अंकुरित झाली आहेत. आपला धर्म अजूनही हौतात्म्याचा आहे, आता तोच धर्म विजयाचा होईल.'' या शब्दांनी तिच्या हृदयात क्रांतीची ठिणगी पडली. ती एक जहाल देशभक्त होऊन गेली.

दीपाली संघ म्हणजे सगळा क्रांतिकारी स्त्रियांच्या चळवळीचं मुख्य केंद्र होतं. प्रीतिलता या संघात दाखल झाली. शस्त्रास्त्रं हाताळणं आणि जंगलांमधून टिकाव धरून राहण्याच्या डावपेचांचं तिनं कसून प्रशिक्षण घेतलं.

१९३० मध्ये ती कलकत्त्याला गेली. १९३२ मध्ये ती पदवीधर झाली आणि पुन्हा चितगावला परतली. तिला एका मुलीच्या शाळेत मुख्याध्यापिका म्हणून नोकरी मिळाली. त्यामुळे तिच्या क्रांतिकार्याला एक प्रकारे चांगलं आवरण मिळालं. दिवसा ती शिकवायची, तर रात्री ती क्रांतिकारकांमध्ये असायची. मास्टरदा म्हणून अधिक माहिती असलेले सूर्य सेन हे क्रांतिकारक त्या गटाचे नेते होते. ते धाडसी होते. प्रीतिलताही तशीच धाडसी होती.

१२ जून ११३२ रोजी सूर्य सेन, प्रीतिलता, निर्मल सेन आणि अपूर्व सेन दालघाट इथल्या एका घरात जमले. त्या वेळी सूर्य सेन यांच्या मागावर असलेल्या एका पोलिसपथकानं या घराभोवती वेढा दिला. हे कळताच हे क्रांतिकारक धावतच एक जिना उतरून खाली गेले. तिथून एका खुराड्याच्या छतावरून सरपटत गेले. आणि जमिनीवर उड्या टाकून पोलिसांच्या गोळ्या चुकवण्यासाठी नागमोडी धावत सुटले. या प्रसंगी निर्मल आणि अपूर्व पोलिसांच्या गोळ्यांना बळी पडले, तर सूर्य सेन आणि प्रीतिलता निसटण्यात यशस्वी झाले.

नंतर पोलिसांनी प्रीतिलताचा शोध घेऊन तिला विचारलं, "काल रात्री तू कुठे होतीस?" गोड हसत निरागसतेचा भाव आणून प्रीतिलतानं उत्तर दिलं, "काल रात्री तर मी गाढ झोपेत होते." पोलिसांची त्या उत्तरानं खात्री पटली नाही. पण तिला पकडण्यासाठी आवश्यक तो पुरावा त्यांच्यापाशी नव्हता. त्यांनी तिच्यावर पाळत ठेवायचं ठरवलं. प्रीतिलताला धोका वाटू लागला. ती भूमिगत झाली. तीन महिने तिने असे भूमिगत अवस्थेत लपूनछपून काढले. मग तिच्या आयुष्यातला विजयाचा आणि दुःखाचाही अखेरचा क्षण आला.)

प्रीतिलता चितगावभोवतीच्या जंगलांमध्ये खोलवर आत शिरली. तिथं तिला लपून राहण्याच्या दृष्टीनं एक सुरक्षित जागा मिळाली. तिथं एकदा सुरक्षित वाटल्यावर तिनं इतर देशभक्तांना संदेश पाठवले. एकेक, दोघं असं करत ते तिच्याकडे आले. बघताबघता हा गट मोठा झाला. सप्टेंबरच्या मध्याच्या सुमारास या गटात जवळपास पंधरा लोक होते.

प्रीतिलतानं त्यांना वेगवेगळ्या लपायच्या ठिकाणी विखरून ठेवलं. प्रत्येक लपायची जागा काळजीपूर्वक निवडण्यात आली होती. कोणत्याही

माणसाला जिथं शिरकाव करण्याचं धाडस होणार नाही, अशा मार्गावरच या जागा असतील, अशी दक्षता घेण्यात आली होती. बऱ्याचदा आपल्या हालचालींच्या योजना आखण्यासाठी हा गट जमायचा. प्रीतिलताकडे या गटाचं नेतृत्व होतं. आता ती साडी न नेसता पुरुषी कपडे घालत होती. याचं कारण म्हणजे एखाद्या लढाऊ स्त्रीच्या दृष्टीनं साडी योग्य नाही, असं तिला वाटायचं. ती या गटाचं नेतृत्व करत जंगलामध्ये दूरवर रपेट मारून यायची. रोजचा व्यायामही करून घ्यायची. या हालचालींमुळे ते सर्व जण चटपटीत-चपळ आणि त्यांच्या मोहिमेसाठी सदैव सज्ज असत.

२४ सप्टेंबर १९३२ रोजी त्यांच्या मोहिमेचा दिवस उजाडला. प्रीतिलतानं त्यांच्या गटातल्या सगळ्यांना एकत्र बोलावलं आणि त्यांना सांगितलं, "आज आपण 'पहारताली इन्स्टिट्यूट'वर हल्ला चढवतोय."

"म्हणजे आसाम बेंगॉल युरोपियन क्लब?" गटातल्या सदस्यांनी आपलं आश्चर्य व्यक्त केलं.

"हो. तुम्हाला ती जागा माहिती आहे. ती चितगावपासून तीन मैलांवर आहे. माझ्या अपेक्षेप्रमाणे आज रात्री चाळीसएक युरोपियन लोक तिथं जमणार आहेत. ते अगदी सहजपणे आपलं लक्ष्य होतील. काही विचारायचंय?" प्रीतिलताची नजर सगळ्या सदस्यांवरून फिरली.

त्यांच्यापैकी कोणाचीही पापणी लवली नाही. प्रत्येक जण उत्तेजित झालेला, मोहिमेसाठी सज्ज आणि आपलं पाणी दाखवून द्यायच्या या संधीनं हरखून गेल्यासारखा वाटत होता. रात्र झाली आणि अंधार पसरला.

क्लबमध्ये घोडागाड्यांमधून त्या दिवशीच्या कार्यक्रमाचे पाहुणे येऊ लागले. त्यांच्यापैकी बरेच जण सपत्नीक आले होते. क्लबच्या व्यवस्थापकानं त्यांचं स्वागत केलं आणि त्यांना आत नेलं.

बहुतेक सगळे पाहुणे आले, तसा तिथला वाद्यवृंद मंद संगीत वाजवू लागला. क्लबमध्ये गणवेषधारी सेवक सगळीकडे शांतपणे वावरत होते. मान्यवर पाहुण्यांच्या मागणीनुसार हे सेवक वाइन, व्हिस्की आणि ब्रँडी त्यांना आणून देत होते.

लवकरच वातावरण उत्साहानं फुलून गेलं. वाद्यवृंदानं पाहुण्यांना ज्याच्या तालावर नृत्य करता येईल, असं संगीत वाजवायला सुरुवात

केली. बरीचशी जोडपी नृत्यासाठी ठेवलेल्या जागेकडे सरकली. मग संगीत गतिमान झालं, तशी नृत्य करणारी जोडपी ती धून पकडून तिच्यावर गिरक्या घेऊ लागली.

काही माणसं एका टेबलाभोवती ब्रिज खेळत बसली होती, तर काही वृद्ध स्त्री-पुरुष आपापल्या टेबलांपाशी गप्पा मारत बसले होते. सगळं वातावरण आनंदाचं, मनोरंजनाचं आणि विरंगुळ्याचं होऊन गेलं होतं.

अचानक प्रचंड स्फोट होऊन एकच गोंधळ उडाला. तिथल्या खिडक्यांमधून काही बॉम्ब आत फेकण्यात आले होते. कानठळ्या बसवणारा आवाज करत त्यांचे स्फोट झाले. तो आवाज विरतो न विरतो तोच आणखी बॉम्बस्फोट झाले. पाच मिनिटं हे दारूकाम चालू राहिलं.

मग स्त्री-पुरुषांच्या किंकाळ्यांनी वातावरण भरून गेलं. क्लबमध्येच स्फोट झाल्यानं सगळीकडे गोंधळ आणि भीती पसरली होती. लपण्यासाठी सुरक्षित जागा शोधण्याच्या प्रयत्नांत चेंगराचेंगरी झाली. त्यांच्यापैकी काही जण जखमी झाले. त्यांचे कपडे रक्तानं माखले होते.

या पाहुण्यांमध्ये काही लष्करी अधिकारीही होते. त्यांनी लगेचच आपली पिस्तुलं बाहेर काढली आणि ते क्लबबाहेर धावत सुटले. त्यांनी आजूबाजूला सगळीकडे नजर टाकली. पण अंधारात कोणालाही शोधून काढणं अवघड होतं. त्यामुळे आपल्या गोळ्या एखाद्या वेळी लक्ष्य साधतीलही, अशा अपेक्षेनं त्यांनी वेगवेगळ्या ठिकाणांवर गोळ्या झाडल्या.

तेव्हा क्रांतिकारकांनी माघार घ्यायचं ठरवलं. ते गुपचूप जंगलात निसटले. ते थोडं अंतर पुढे गेले नाहीत, तोच गोळ्या त्यांच्या जवळून सूंसूं करत गेल्या. त्यांपैकी एक गोळी प्रीतिलताला लागली. ती जमिनीवर कोसळली. तिचे बाकीचे सहकारी लगेच तिच्या मदतीसाठी पुढे सरसावले. ती क्षीणपणे हसली. तिच्या माणसांपैकी दोघांनी तिला उचलण्याचा प्रयत्न केला; पण तिनं त्यांना तिला एकटीला तिथंच सोडून पुढे जायला सांगितलं. त्यांनी तिला उचलून नेण्यावर भर दिला, तेव्हा तिनं त्यांना पटवून देण्यासाठी आपले मुद्दे मांडले, "मी जखमी झाले आहे. मी एकटीच्या बळावर निसटू शकणार नाही. पण त्याचबरोबर तुम्ही मला उचलून नेण्याचा प्रयत्न केलात किंवा माझ्याबरोबरच थांबून

राहिलात, तर तुम्हीही सुटू शकणार नाही. तेव्हा जा. सुरक्षित ठिकाण शोधा. मास्टरदांना माझा प्रणाम सांगा. माझ्या देशासाठी माझे प्राण कामी आल्यामुळे मी आनंदी आहे. माझ्या आणि आपल्या सगळ्यांच्याच त्यागातून स्वातंत्र्य उभं राहील. माझं पिस्तूल घ्या. दुसऱ्या क्रांतिकारकाच्या ते उपयोगी पडेल. 'वंदे मातरम्!''

तरीसुद्धा ते लोक तिथंच रेंगाळत राहिले, तेव्हा ती रागावली. ''कृपा करून जा आता. तुम्हाला पावलांचा आवाज ऐकू येत नाही का? आपल्याला शोधून काढेपर्यंत पाठलाग चालू ठेवण्याची तयारी हे युरोपियन करत असणार. पळा. जीव वाचवा. स्वातंत्र्याचा लढा चालू ठेवण्यासाठी तुम्हाला जगलंच पाहिजे.''

तरीही तिचे सहकारी हलले नाहीत. त्यांच्यापैकी एक जण म्हणाला, ''आम्ही तुला सोडणार नाही. आम्ही तुला शत्रूच्या हाती पडू देणार नाही. त्यांनी पकडलेल्या क्रांतिकारकांचा ते कसा छळ करतात, ते तुला माहिती नाहीये. त्यापेक्षा आम्ही तुला आमच्याबरोबर उचलून नेऊ.''

प्रीतिलतानं आपल्या भुवया उंचावल्या, ''ब्रिटिशांच्या तावडीत मी जिवंत सापडेन, असं तुम्हाला वाटतं? कधीच नाही!'' मग ती म्हणाली, ''मला झाडापाशी हलवा. माझी पाठ झाडाला टेकवून मला बसतं करा.''

तिच्या सहकाऱ्यांनी तिचा आदेश पाळला; पण तिचा नेमका काय विचार होता याची त्यांना कल्पना नव्हती. त्यांना वाटलं हिचं डोकं तर ठिकाणावर आहे ना?

''पाहा माझ्याकडे,'' आपल्या पोशाखाच्या खिशापर्यंत हात न्यायचा प्रयत्न करत प्रीतिलतानं त्यांना सांगितलं. तेवढी हालचाल करणंही तिला फार अवघड झाल्यानं एकानं मदतीचा हात पुढे केला. ''माझ्या खिशात एक छोटी पिशवी आहे, ती तुला बाहेर काढता येईल?'' तिनं त्याला विचारलं.

त्यानं तिच्या सांगण्याप्रमाणे केलं.

''ती पिशवी माझ्याकडे दे,'' तिचा आवाज आणखीनच क्षीण होत चालला होता.

आपल्या थरथरत्या हातानं तिनं ती पिशवी धरून तिला बांधलेला दोरा सोडला आणि पिशवीचं तोंड उघडलं.

मग ती पिशवी आपल्या ओठांपाशी नेऊन तिनं त्यातलं द्रव्य आपल्या तोंडात रिकामं केलं.

"बापरे! हे तू काय केलंस?" तिचा एक सहकारी ओरडला.

"मी योग्य तेच केलंय. काही मिनिटांतच मी मरून जाईन. माझा आत्मा मुक्त होईल. सत्कार्य चालूच ठेवा. भारत स्वतंत्र होईपर्यंत आपलं काम चालू ठेवा. 'वंदे मातरम्!'"

असं बोलताबोलताच या चितगावच्या वाघिणीनं अखेरचा श्वास सोडला.

◆